வைசாகன் சிறுகதைகள்

வைசாகன் சிறுகதைகள்

வைசாகன்
தமிழில் - டி.எம். ரகுராம்

கிழக்கு

வைசாகன் சிறுகதைகள்
Vaisagan Sirukathaigal
by *Vaisagan* ©
Translated from Malayalam by T.M. Raghuram ©

First Edition: December 2007
152 Pages
Printed at Repro Knowledgecast Limited, Thane.

ISBN 978-81-8368-639-6
Title No. Kizhakku 302

Kizhakku Pathippagam
177/103, First Floor,
Ambal's Building, Lloyds Road,
Royapettah, Chennai 600 014.
Ph: +91-44-4200-9603

Email : support@nhm.in
Website : www.nhm.in

Kizhakku Pathippagam is an imprint of New Horizon Media Private Limited

‘இன்னைக்கு மதராஸ் பெங்களூர்
பிருந்தாவன் எக்ஸ்ப்ரஸ் இந்த
தண்டவாளத்தில் ஓடினால் இந்த
மல்லிகாவின் கழுத்திலிருந்து தலை
தனியாகப் பிரிந்து உருளும். இது
கட்டாயம். தாய் மேலாணை.’

உள்ளே

கபில வஸ்து

உற்சாகமாகச் சிரித்தவாறு அவள் வீட்டுக்குள் ஓடி வந்தாள். பின்கட்டுக் கதவைத் தாண்டி படிக்கட்டுகளை மிதித்து ஏறி வருகையில் நாற்பது வயதான சுமதிக்குப் பாதி வயது குறைந்தது போலிருந்தது. அவசரமாக முன்பக்க அறைக்கு வருவதற்கு முன்னரே அவள் சொல்லத் தொடங்கி விட்டாள்:

'பாருங்க, இன்னைக்கும் அந்த ஆள் வந்திருக்கான். காலனி ரோடு ஆரம்பிக்கிற ஜங்ஷன்ல... முன்னாடி ஒருதரம்கூட நான்...'

டி.வி.யை உன்னிப்பாக கவனித்துக்கொண்டிருந்த வேணுகோபாலின் முகபாவத்தைப் பார்த்தபோது அந்த வாக்கியம் முழுமை பெறாமல் முறிந்துவிட்டது. முறிந்து போனது மட்டுமல்ல, அவள் சொன்ன வார்த்தைகள் டி.வி.யிலிருந்து சிதறி விழுந்து கொண்டிருந்த பண்படாத ஓசைகளுக்குக் கீழே எங்கேயோ விழுந்து உலர்ந்துவிட்டன.

அறைக்குள் நுழையாமல் கதவருகிலேயே தயங்கி நின்றாள். வீட்டிற்குள் ஓடிவந்த வழியில் பூத்துக் குலுங்கிய வாகை மரக்கிளைகளும் எங்கிருந்தோ பாடிய குயிலின் ஓசையும் காற்றின் குளிர்ச்சியும் எல்லாம், வந்து கொண்டிருக்கையில் அவள் மனத்திலிருந்தது. இப்போது ஒலிச்சீவல்கள் வந்து விழுந்து எல்லாவற்றையும் நாசமாக்கி விட்டது. பூக்கள் கசங்கின. குயிலோசை செத்துவிட்டது; காற்று மட்டும் வேணுகோபாலின் தலைக்கு மேல் சுழன்ற ஃபேனில் மாட்டி, விம்மிக் கொண்டிருந்தது.

அப்போதுதான் அவளுடைய இருப்பை அவன் உணர்ந்தான் போலும். ரிமோட்டின் 'பாஸ்' பட்டனை அமுக்கி வலது கையைத் தூக்கி, அவளைக் கிட்ட வந்து உட்கார சைகை காட்டினான். அவள் இன்னும்

ஒரு நிமிஷம் அங்கேயே நின்றாள். மனதில் என்னென்னமோ நினைப்புகள் குழைந்து புரண்டன.

வேணு அத்தானுக்கு இவ்வளவு சீக்கிரம் வயசாயிடுத்தோ? அந்தச் சிரிப்பில் ஒரு எண்பத்தைந்து வயதுக்காரரின் சாந்தமும் களங்க மின்மையும் இத்தனை சீக்கிரம் தெரிகிறதே!

அவன் பக்கத்தில் சோபாவில் வந்து அமர்ந்தாள். டி.வி.யில் குறுக்காகத் தெரிந்த இரண்டு வெள்ளிக் கோடுகளுக்கு இடையில் சுளிவு விழுந்த, நீண்ட நரைத்த முடியுள்ள ஒரு வயோதிக முகம் நடுங்கியபடி நிற்கிறது.

ஜில்லென்ற அவன் உள்ளங்கை அவளது வலது முன்னங்கையில் அமர்ந்தது. எதையும் வெளிப்படுத்தாத மௌனத்தில் சில நிமிடங்கள் கழிந்தன. அவள் பொறுமையிழந்தாள்.

'காலனி ரோடு ஆரம்பிக்கிற இடத்துல... அந்த ஆள்...'

அவளின் வாக்கியத்தைப் பூர்த்தி செய்ய சந்தர்ப்பம் கொடுக்காமல் வேணுகோபால் சொல்ல ஆரம்பித்தான்:

'சுமதி! மைக்கேல் மிஷ்லாஃப் என்ற தத்துவஞானி யு.ஜி.கெயுடன் நடத்திய உரையாடலின் கேசட் இது. ஸீ ஸைடு டாக்ஸ்.'

சுமதி ஒன்றும் பேசாமல் டி.வி. ஸ்க்ரீனில் நடுங்கிக் கொண்டிருந்த முகத்தையே பார்த்தபடி இருந்தாள்.

'தி பாடி ரிக்வயர்ஸ் ஒன்லி டூ திங்க்ஸ். ஸர்வைவல் அண்டு ரீப்ரொடக்ஷன் என்று சொல்கிறார் யு.ஜி.கெ. ஆனால், மூளையிலும் நரம்பு மண்டலத்தின் பின்னல்களிலும் செயல்படுகிற மனசைப் பொறுத்தவரை என்ன? அதற்கு சுகம்தான் தேவை. அதுவும் ஒருபோதும் தீராத, அதிக நேரம் நீடிக்கும் சுகம்.'

அவன் பிரகாசமற்ற ஒரு சிரிப்பை உதிர்த்தான்.

'ஹூம். அது முடிகிற காரியமா? தீராத சுகம்னு ஒண்ணு இருக்கா? எந்தச் சுகமும் தீர்ந்து போகும். அப்போது வலிதான் மிஞ்சும். அதனால்தான் எல்லாச் சுகமும் கடைசியில் வலியை மட்டும் தரும்னு யு.ஜி.கெ. சொன்னார்.'

சுமதி யோசித்தாள். யு.ஜி.கெ. எது சொன்னாலும் பிரச்னையில்லை. யார் இந்த யு.ஜி.கெ? சுமதி என்று கூப்பிட்டுத்தானே இவர் இந்தப் பிரசங்கத்தை ஆரம்பித்தார்? என்ன தத்துவஞானம் வேண்டுமானாலும் சொல்லுங்க. முன்னாடி கூப்பிடுவதுபோல சுமான்னு கூப்பிட்டா போதுமே! நான் என்ன சொல்ல வந்தேன்னு ஒருதரம் கேட்கக்கூட

இல்லையே. எல்லாத் தேடல்களையும் முடிய வைக்கிற ஆளா இந்த யு.ஜி.கெ?

பழைய பாத்திரங்களை உருக்கி சாமியின் உருவங்களாக மாற்றித்தரும் அந்தத் தமிழ்நாட்டுக்காரன் திரும்பவும் வந்திருக்கிறான் என்றுதான் சொல்ல வந்தேன். எதிர்வீட்டு தீபாவின் அம்மாதான் தகவல் சொன்னாள். அவர்களுடன் அந்த இடம்வரை சென்று பார்த்து வரவும் செய்தாயிற்று. பளபளக்கும் வெள்ளி நிறத்தில் எத்தனை தெய்வங்களை அவன் அச்சில் வார்த்து வைத்திருக்கிறான்! கூலி வெறும் நூறு ரூபாதான்!

வேணுகோபாலிடம் சொல்ல நினைத்த அத்தனை விஷயங்களையும் மனதுக்குள்ளேயே சொன்னாள் சுமதி. ஒரு அனுமதி அல்லது அபிப்ராயம் தேவைப்பட்டது. நம்ம வீட்டிலும் இருக்கே நிறைய பழைய பாத்திரங்கள். வெறுமனே இடத்தை அடைக்கின்ற அவைகளில் எதையாவது ஒன்றை உருக்கி ஒரு கடவுள் உருவம் நானும் செய்து கொள்ளட்டுமா? யாருடைய உருவம் வேண்டும்? சிவனா? கணபதியா? இல்லை சரஸ்வதியா?

டி.வி.யின் நடுங்கும் உருவத்தை அப்படியே நிற்க வைத்தபடி அவன் தொடர்ந்தான்:

‘சரிதானே? எந்தச் சுகமும் நமக்குக் கடைசியிலே தர்றது துக்கமும் வலியும்தானே?’

சுமதிக்கு இதில் கொஞ்சம்கூட ஆர்வமில்லை. சாந்தமான குரலில் சொன்னாள்:

’துக்கத்துக்குக் காரணம் ஆசைதான்னும் ஆசையை அழிக்கிறதுதான் துக்கத்தைப் போக்க ஒரே வழின்னும் முன்னாடியே புத்தபிரான் சொல்லியிருக்கிறாரே! இதுக்குப் போய் இப்ப...’

வேணுகோபாலுக்கு முன்பு வருவது போல் கோபம் பொத்துக்கொண்டு வருமென்றும் கெட்டியான பொருள் ஏதாவது கீழே விழுந்து உடையுமென்றும் சுமதி விரும்பினாள். ஆனால், மழைச்சாரல் போல அவன் சொன்னான்:

‘முந்தி காலத்திலே சொல்லப்பட்ட விஷயங்களைத்தான் ஞானிகள் திரும்பச் சொல்வாங்க. புதிய முறையிலே சொல்லறதைக் கேட்கறச்சே ஒரு சுகம். அவ்வளவுதான்!’

‘அந்தச் சுகமும் தீர்ந்து போயிடுமே அப்போ!’

வேணுகோபால் கொஞ்சம் தடுமாறினான். பிறகு சட்டென்று சுதாரித்துக் கொண்டான்.

‘அப்போதைக்கு நீ வந்திடமாட்டியா? அப்போ பிரச்னையே இல்லையே!’

சுமதி சிரித்தாள். பரவாயில்லையே, ஒருதரமாவது நீ என்று குறிப்பிட்டாரே. அந்தச் சிரிப்பு நெஞ்சுக்குள் இறங்கி ஒரு தணல் போல சுட்டபடி நின்றது.

‘சரிதான். அப்போ தத்துவஞான கேசட் தீரும்போது, சுகம்தரும் இன்னொரு கேசட் நானா? தேவைக்கு ஏத்தாப்பலே ரீவைண்டு செய்யலாமில்லையா! என்ன நான் சொல்றது?’

அவன் தன் பழைய விருப்பு வெறுப்பற்ற நிலைமைக்குத் திரும்பினான். அனுதாபம் நிறைந்த ஒரு புன்னகையை அவளுக்குப் பரிசாகக் கொடுத்தான். அவளுக்கு அழவேண்டும் போலிருந்தது. அதுவும் செய்ய முடியவில்லையே என்ற உண்மை அவளை இன்னும் கூடுதலாக வருத்தப்பட வைத்தது. வேணுகோபால் மீண்டும் ரிமோட் கண்ட்ரோலை எடுத்தான். கனிவுள்ள வயோதிக முகத்திலிருந்து வெள்ளிக்கோடுகள் மறைந்தன. ஒரு பிணம் திடீரென்று பேசத் தொடங்கியது போலிருந்தது சுமதிக்கு.

‘வென் யு லுக் அட் யுவர் ஹேண்ட், ஹௌ டு யு அண்டர்ஸ்டான்ட் தட் இஸ் யுவர் ஹேன்ட்?’

சுமதி ஒரு நத்தையை எடுத்து நீக்குவதைப் போல அவனுடைய உள்ளங்கையை எடுத்து நகர்த்தி வைத்தாள். யு.ஜி.கெ. தொடர்ந்தார்:

‘இட் இஸ் ஒன்லி பிக்காஸ் யு திங்க் ஸோ!’

அவள் கண்ணை மூடியபடி உட்கார்ந்தாள். ஜில்லிட்டு உறைந்துபோன தாலாய் யு.ஜி.கெ. மனதில் துரத்தித் துரத்தி வருகிறார். அதிலிருந்து விடுபட, அவள் வேணுவின் முகத்தை மனக்கண்ணில் காணமுயன்றாள். அந்த முகத்திலும் யு.ஜி.கெ.வின் தோரணைதான் தெரிந்தது. சுமதி வேறொரு கற்பனையில் தஞ்சம் புகுந்தாள். பலமாக வீசும் காற்று சருகுகள் பறந்து வந்து விழுந்து விழுந்து இரண்டு உணர்ச்சிளுள்ள இந்த முகத்தை மூடுகிறது. சந்துகள் குவிந்து கிடப்பதை ஏற்கெனவே பார்த்திருந்தாளே! அதற்குப் பக்கத்தில்தான் அந்த ஆள் கடவுளரின் உருவங்களை வரிசையாக வைத்திருந்தான். அவன் முகத்திலும் பிரகாசமான சிரிப்பையும் அசாதாரணமான தெளிவையும் இப்போது கண்டாள். கூடவே விசித்திரமான, காரணமற்ற ஒரு பயமும் அவளை ஆட்கொண்டது.

சுமதி மெதுவாக சமையலறைக்கு நடந்தாள். அங்கேயிருந்த பொருட்களெல்லாம் அசையாமல் இருந்தன. அதற்கான காரணமும்

யு.ஜி.கெ. சொல்லுவாராக்கும்! சுமதி யோசித்தாள். நீங்கள் அப்படி யோசிப்பதனால்தான் பாத்திரங்களும் க்ரைண்டரும் எல்லாம் ஓடிப்போகாமல் அங்கேயே இருக்கின்றன. அவளுக்கு ஒரே சமயம் அழுகையும் சிரிப்பும் வந்தது. அப்போது பாத்திரங்களுக்கு இடையிலுள்ள வெறுமையிலிருந்து வேணுகோபால் முன்பு சொன்ன சில வாக்கியங்கள் ஊர்ந்து கீழே வரத் தொடங்கின.

‘சுமா! இயற்கையின் தேவைகளும் விருப்பங்களும் நம்மால் அறிந்து கொள்ள முடியாதது. நாம ரெண்டு பேரோடு ஒவ்வொரு ஜீனின் பயணம் முடியட்டும் என்பதுதான் இயற்கையின் தேவையோ என்னமோ! அதிலே நாம கொஞ்சம்கூட வருத்தப்பட வேண்டியதில்லை.’

அன்று அதைக் கேட்டபோது மனதில் பொங்கிவந்த எண்ணங்களும் உணர்ச்சிகளும் இப்போது மீண்டும்! வற்றிய ஒரு நதியைத் தேடி கடல்நீர் ஆர்ப்பரித்துப் பாய்ந்து வருவது போல. அதன் தாக்கத்தில், சுமதியின் உடல் முழுவதும் நடுக்கமுற்றது. அயர்ந்து போய் சுவரில் சாய்ந்து நின்றாள். சட்டென்று, ஒருபோதும் வெளியே சொல்லாத ஒரு வாக்கியம் அவளுக்குள் உருவாகியது.

‘என்னோடு ஒரு ஜீனின் பயணம் முடியவேண்டுமென்று இயற்கை கருதியதில்லை. கண்டிப்பாக...’

அதை வெளியே சொல்ல அவளுக்குச் சந்தர்ப்பம் கிடைக்கவில்லை. இனி கிடைக்கும் என்று சொல்லவும் முடியாது.

‘சுமா! நாம ரெண்டு பேரும் எந்தப் பரிசோதனைக்கும் போக வேணும். ஒருத்தருடைய கோளாறுன்னு தெரிஞ்சா, பிறகு நம்மாலே இப்ப இருக்கிறாப்போல தொடர்ந்து போகமுடியுமா?’

நினைவுகளில், கருணை மிகுந்த ஒரு வார்டனின் குரல் ஆறுதலாகப் படர்கிறது. ‘பரவாயில்லம்மா! என் பொண்ணுக்கு இப்படி ஒரு தவறு நடந்தா நான் உதவமாட்டேனா? அப்படி நினைச்சுட்டா போதும். யாருக்கும் தெரியவேணாம். தெரியவும் தெரியாது.’ பிறகு வெள்ளைத் துணி விரித்த கட்டில். நடு வயதான லேடி டாக்டரின் வேடிக்கைப் பேச்சு. அடிவயிற்றில் வந்த கடுமையான வலி. எங்கேயோ ஒரு இன்ஸினரேட்டரில் கருகி, புகையாய் ஆவியாய் நிறம் மங்கிப்போன...

உனக்குக் குழந்தையாய் நானில்லையா? எனக்கு அதுபோல நீயும்!’ போறாதா?

போதும். போதுமென்றுதானிருந்தது. ஆனால், எனக்கென்று ஒரு குழந்தை வேண்டுமென்ற பிடிவாதமெல்லாம் மடிந்துவிட்டது. ஒரு கட்டாயமுமில்லை. மனக்கஷ்டமில்லை. ஒன்றுமில்லை.

எதிர்பாராது சுமதியின் பார்வை அலமாரியிலிருந்த இடியாப்ப அச்சில் பதிந்தது. இதற்கு இனி இங்கே தேவையில்லையே. இனிமேல் சின்ன வயதிலேயே வயோதிகனை, என் குழந்தை, இடியாப்பம் வேண்டு மென்று அடம்பிடிக்கப் போவதில்லை. எத்தனையோ மாதங்களாக இது இங்கே வெறுமனே கிடக்கிறது.

அந்த ஆள் அங்கே இருப்பானோ? வெயிலும் வியர்வையும் உடல் முழு தும் பூசி சுறுசுறுப்புடன் வேலை செய்யும் அந்த இரும்பு மனிதன். அவனுடைய பலமிக்க தசைகள் புடைத்த கைகளும் ஆடைமறைக்காத தோளும் எல்லாம் தெள்ளத் தெளிவாக நினைவுக்கு வந்தது. இரும்பை அடித்து நொறுக்கும் போதும் உலையை ஊதும்போதும் எப்போதும் ஒரு பாடலை முணுமுணுப்பான். அந்தப் பாடலின் வரிகள்கூட மனத்தில் பொங்கி வந்தபோது சுமதிக்குத் தன்னை நம்பமுடியவில்லை.

> ‘புதையல் தேடி அலையும் உலகில்
> இதயம் தேடும் என்னுயிரே...’

திடீரென்று ஏதோ ஒரு வெளிப்படுதல் போல அவள் ஒரு விஷயத்தை உணர்ந்தாள். அவன் அச்சில் வார்த்த எல்லா தெய்வங்களுக்கும் அவனின் முகச்சாயலல்லவா இருந்தது? ஒருவேளை இது சும்மா தோன்றியதாகலாம். அவன் மீண்டும் அங்கு வந்திருக்கிறான் என்றதும் அவளுக்குத் தோன்றிய பிரமைதானோ! ஆனால், தீபாவின் அம்மாவுடன் நேரிலேயே சென்று பார்த்தது...

சுமதி அந்த இடியாப்ப அச்சையெடுத்து புடைவை முந்தானையால் பொதிந்து அடிவயிற்றோடு சேர்த்து வைத்தாள். சட்டென்று அதுவரை அனுபவிக்காத ஓர் இன்பத்தின் இதமான வெப்பம் உடலெங்கும் பரவுவதாக அவளுக்குப்பட்டது. கணவனான வேணுவிடமிருந்து முதன்முதலாக ஒரு விஷயத்தை மறைத்து வைக்கிறாள். முதன் முதலாகவா? இல்லை. ஒருபோதும் இல்லை. வாழ்க்கையின் ஆணிவேர் போன்ற ஒரு விஷயத்தை என்றைக்கும் மறைத்துத்தானே வைத்திருந்தாள்? இப்போது எல்லாவற்றையும் வெளிப்படையாகச் சொல்லிவிட்டால், அவர் எப்படித்தான் அதை எதிர்கொள்வாரோ என்று குறும்பாக யோசித்துப் பார்த்தாள். எந்த உணர்ச்சியுமில்லாத குரலில் பதிலளிப்பாராக்கும்:

‘இயற்கையின் தேவைகளும் தீர்மானங்களும்...’ எதையாவது ஒளித்து வைப்பதிலுள்ள வலி கலந்த சுகம்கூட தனக்கு இல்லாமல் போய்விடுகிறது!

பின்கட்டுக் கதவைத் தாண்டி காலனி ரோடு ஆரம்பிக்கும் இடத்துக்கு அவள் ஓடினாள். ஆறுதலில்லாத, பரிகாரங்களில்லாத வாழ்க்கையை

ஓடியே தீர்ப்பது சுலபமல்ல என்று தெரிந்துகொண்டே ஓடினாள். அந்த ஆள் போயிருப்பானோ? அந்த ஆள்.

அன்றைய வேலையை முடித்துக் கிளம்ப தயாராகிக் கொண்டிருந்தான் அவன். நன்றாக மூச்சிரைத்தபடி அவன் உட்கார்ந்த இடத்துக்கு வந்து சேர்ந்தாள். என்னமோ சொல்ல முயன்றாள். கருவிகளையெல்லாம் மீண்டும் வெளியே எடுத்து வைக்கையில் அவன் சிரித்துக் கொண்டிருந்தான்.

'அம்மாவுக்கு இன்னிக்கு அதிர்ஷ்டம். நான் இன்னும் உலையை அணைக்கல!'

எல்லோரும் போய்விட்டார்கள். ஒருவேளை எல்லோரும் போயிருக்க வேண்டும் என்று நான் விரும்பினேனா? சுமதி தனக்குள் கேட்டுக் கொண்டாள். பிறகு அப்படி தனக்குத்தானே கேட்கத் தோன்றியது பைத்தியக்காரத்தனம் என்று தனக்கே ஆறுதல் கூறினாள்.

சூரியன் வாகை மரங்களுக்கப்பாலுள்ள ஆபீஸர்ஸ் க்ளப்பின் கூரையைத் தொட்டபடி நிற்கிறது. முன்பு ஒருபோதும் இல்லாதது போல மாலை வெயிலுக்கு அசாதாரணமான சிகப்பு நிறம். வழியெங்கும் உதிர்ந்துகிடந்த வாகைப்பூக்களுக்கு புதுப்பிறவி கிடைத்தது போலிருந்தது.

அவள், பக்கத்தில் யாருமில்லையென்று உறுதிப்படுத்திய பிறகு முந்தானையில் ஒளித்து வைத்திருந்த இடியாப்ப அச்சை வெளியே எடுத்தாள். ஒரு பெரிய ரகசியத்தைக் கைமாறுவது போல அவன் கையில் அதைக் கொடுத்தாள். அவன் அதை அப்படியும் இப்படியும் புரட்டிப் பார்த்தான். அதன்மீது தன் விரல்களை மெதுவாக ஓடவிட்டு அவள் முகத்தைப் பார்த்தான். அவளுக்கு உடம்பு சிலிர்த்தது.

'அம்மா...'

அவனுடைய அழைப்பு சுமதியை தளரச் செய்தது.

'அம்மா, இதிலே எந்த பொம்மை வேணும்?'

சுமதி தன் நிலைக்குத் திரும்பினாள். அங்கே வரிசையாக வைக்கப் பட்டிருந்த உருவங்களை எல்லாம் மாறி மாறி பார்வையிட்டாள். திடீரென்றுதான் சிவனுக்கும் பிள்ளையாருக்கும் இடையிலிருந்த புத்தரைப் பார்த்தாள். கூடவே தலை முறிந்துபோன இன்னொரு புத்தர் சிலையும் ஞாபகம் வந்தது. வேணுவுக்கு மிகவும் பிரியமான சலவைக்கல் புத்தர். டி.வி. ஸ்டாண்டைத் துடைத்து சுத்தப்படுத்தும்போது அது

விழுந்து உடைந்து விட்டது. அதன் பிறகு ஒருநாள் முழுதும் ஒரே சண்டையாகிவிட்டது.

அவள் புத்தர் உருவத்தை நோக்கிக் கையால் சுட்டிக் காட்டினாள். அந்த ஆள் ஒரு நிமிஷம் ஆச்சர்யத்தில் பேச்சற்றுப் போய்விட்டானோ? இல்லை. சும்மா தோன்றியதுதான். அவன் மிகவும் சுலபமாக இடியாப்ப அச்சை அடித்து நொறுக்கத் தொடங்கினான். நெற்றியில் வியர்வையைத் துடைத்து மூச்சு விடாமல் பார்த்துக்கொண்டிருந்தாள்.

அவன் அந்த அச்சின் துண்டுகளை கெட்டியான ஒரு கருப்புப் பாத்திரத்தில் போட்டான். ஒரு சின்ன சாக்கிலிருந்து கரித்துண்டுகளை வாரி உலையின் அடுப்பில் போட்டான். அவள் கேட்க ஆசைப்பட்ட பாடல் சன்னமான குரலில் கேட்கத் தொடங்கியது. அவளுக்கு அந்தப் பாடலின் எல்லா வரிகளையும் புரிந்துகொள்ள வேண்டும் போலிருந் தது. இரண்டாவது வரியின் கடைசி வருவதற்குள் அவன் உலை தயாராகிவிட்டிருந்தது. அதன் விகாரமான ஓசையில் பாடல் மூழ்கி விட்டது. சிறு குழந்தையாக இருந்தபோது வீட்டில் மேற்கு பக்க அறையின் வாசலில் உட்கார்ந்து கேட்ட மூச்சிழுக்கும் ஓசை அவள் ஞாபகத்துக்கு வந்தது. உள்ளே கயிற்றுக் கட்டிலில் தாத்தா கடைசி மூச்சை இழுத்துக்கொண்டிருந்தார். சின்ன பசங்க இப்படி உட்காரா தீங்க, போய் விளையாடுங்க என்று அம்மா சொன்னதையும் நினைவு கூர்ந்தாள். ஏதோ ஒரு ரகசியத்தைத் தெரிந்துகொள்ளக் காத்திருப்பது போலவே அங்கே உட்கார்ந்திருந்தாள். ஆனால், அம்மா கட்டாயப் படுத்தி துரத்திவிட்டாள். வெயில் படர்ந்த கொல்லையில் தும்பிகள் பறந்து கொண்டிருந்தன. மற்ற பிள்ளைகளுடன் தும்பிகளைத் துரத்தி விளையாடினாள். தும்பியைப் பிடிப்பதென்பது அவளுக்குக் கொஞ்சம் கூட பிடிக்காத விஷயம்.

உலையின் மூச்சுச் சத்தம் நிலைத்து இடியாப்ப அச்சின் துண்டுகளைக் காணவில்லை. எல்லாமே உருகி, கொதிக்கும் சாம்பல் நிறத் திரவமாக மாறியிருந்தது. மிக்க கவனத்துடன்தான் அவன் வேலை செய்தான். பாட்டையும் பாடி முடித்திருந்தான்.

உருக்கிய உலோகத்தை மிகமிகக் கவனமாக அவன் அச்சுக்குள் ஊற்று வதை அவள் கண்ணிமைக்காமல் பார்த்துக் கொண்டிருந்தாள். சிகப் பெல்லாம் போய் மஞ்சள் கலந்த மாலை வெயில் அந்தத் திரவத்தில் கரைந்துவிட்டிருந்தது. அவளுக்காக அவன் அச்சை நிரப்பிக் கொண்டிருந்தான்.

அவளின் இதயத் துடிப்பு சாதாரண நிலைக்குத் திரும்பி வந்திருந்தது. இரைப்பும் வியர்வையும் அடங்கிவிட்டது. இளங்காற்றின் இதமான

தழுவலில் அவள் கண்களை மூடினாள். அவன் அந்த அச்சின் இரண்டு மூடிகளையும் அகற்றும் சத்தம் கேட்டுத்தான் கண் திறந்தாள்.

எந்தக் குறையுமில்லாத புத்தர் சிலை! சூரிய அஸ்தமனத்தின் மஞ்சள் வெளிச்சத்தில் எல்லாமே தகித்து அடங்கிப்போன புன்முறுவலுடன்!

புத்தரை மிகப் பிரியத்தோடு முந்தானையில் மறைத்து வைத்து சுமதி மெதுவாக நடந்தாள். சாயங்காலத்தின் மங்கலான வெளிச்சத்தில் ஒரு நிழலைப்போல அவள் வீட்டுக்குள் புகுந்தாள். முன்பக்க அறையில் வேணுகோபாலும் யு.ஜி.கெ.யும் இருக்கிறார்களா என்று அவள் பார்க்கக்கூட இல்லை. முந்தானையிலிருந்து காப்பாற்றி வெளியே எடுத்த புத்தர் சிலையை உள்ளங்கையில் வைத்து வாஞ்சையோடு கண் நிறைய கண்டுகளித்தாள். பிறகு, அலமாரியில் எல்லா கண்டெய்னர் களுக்கும் பின்னால் பத்திரமாக ஒளித்து வைத்தாள்.

அப்பீல், அநியாயம் பக்கம்

இனி இதைப்பற்றி யாரிடம் போய்ச் சொல்ல? சொன்னாலும் ஏதாவது பயனுண்டாகுமா? யாருக்கேனும்?

அச்சுதன் ஜன்னல் கம்பிகளைப் பிடித்து நின்றவாறு மனத்தில் பொங்கி வரும் கேள்விகளை கவனமாகச் செவி கொடுத்தான். பதிலொன்று மில்லை என்று தெரிந்துகொண்டு வெளியே வெறித்துப் பார்த்துக் கொண்டிருந்தான். வீட்டிலிருந்து நடைவழி சென்று கச்சேரிப் பக்கம் வந்தபோதுதான் மழை பெய்ய ஆரம்பித்தது. மற்ற பல விஷயங்களைப் போல மழை விஷயத்திலும் ஒன்றுமே முன்கூட்டி தீர்மானிக்க முடியாத காலம் இது என்று தெரிந்துகொண்டு கையில் குடையும் எடுத்துக்கொண் டான். இந்த அளவுதான் முடியும் என்று நினைத்தான். முன்னெச்சரிக்கை யாக ஒரு குடையை எடுத்துச் செல்லலாம். கிடைக்கும் சம்பளம் தேவைகளுக்குப் போதாது என்று முன்னரே தெரிந்துகொண்டு முதலிலேயே யாரிடமாவது கடன் கேட்டு வைக்கலாம். இப்படிப்பட்ட முன்னேற்பாடுகளின் அளவும் சக்தியும் அவரவரின் திறமைக்கு ஏற்ப குறைந்தும் கூடுதலாகவும் இருக்கலாம். அவ்வளவுதான்! எதிர்பாராமல் பிரளயமே வந்துவிட்டால் என்ன செய்ய? முடிந்தவரை உடல் பலத்தைச் சேர்த்துவைத்து நீந்தலாம். களைத்துப் போகும்வரை நீந்தலாம். பிறகு எந்த மனத்தாங்கலும் இல்லாமல் முழ்கி விடலாம். கொஞ்ச நாட்களாகவே அவனும் சாவித்திரியும் சேர்ந்து இந்த நீச்சலைத் தொடர்ந்து கொண்டிருக்கிறார்களல்லவா?

தனக்குப் பின்னால் மேஜை டிராயர் திறக்கப்படும் ஓசை கேட்டு அச்சுதன் திரும்பிப் பார்த்தான். சாவித்திரி மிகக் கவனமாக சில காகிதங்களை எடுத்து மேஜை மீது வைக்கிறாள். அவன் திசையறியா மல் சொல்லிவிட்டான். 'போதும் போதும்னு ஆயிட்டு. யோசிச்சுப்

பாத்தா இதுக்காக ஏன் இன்னும் அலையணும்னு தோணுது. போனவன் போயாச்சு!'

சாவித்திரி முகத்தை நிமிர்த்தினாள். ஒளி மங்கி ஓய்ந்துபோன அந்த முகத்தை ஏறிட்டுப் பார்க்க தைரியமின்றி அச்சுதன் வெளியே பார்த்துக் கொண்டிருந்தான். யாரோ கட்டாயப்படுத்திச் சொல்லவைப்பது போல சாவித்திரியின் குரல்:

'அப்படி நினைக்காதீங்க! போனவங்க விட்டுப்போறத வெச்சுத்தானே இங்க இருக்கிறவங்க வாழறாங்க? அவனைவிடச் சின்ன புள்ள ஒண்ணு இருக்கு, இல்ல? அவனுக்காகவாவது... ரொம்ப கஷ்டப்பட வேண்டி யிருந்தாலும் இந்த நஷ்டஈட்டுத் தொகை கிடைச்சுதுன்னா...'

வார்த்தைகள் கன்னாபின்னாவென்று அச்சுதனின் மனத்தில் அசுர வேகத்தில் அங்குமிங்கும் பாய்ந்து முட்டி மோதி நொறுங்கின. நின்றபடியே ஓடிக்களைத்தது போல் மூச்சு வாங்கியது அவனுக்கு.

'என்ன சொல்ற நீ? நஷ்டஈடா? நஷ்டம்தானே இருக்கு? ஈடுன்னு ஏதாவது உண்டா?'

'எனக்கும் தெரியாம இல்ல. ஆனாலும்...'

மேஜை ட்ராயர் மெதுவாக மூடும் ஓசை கேட்டது. பிறகு பல நிமிஷங்களுக்கு எந்தச் சத்தமும் கேட்காதிருந்தபோது அச்சுதன் திரும்பிப் பார்த்தான். சாவித்திரி மறுபக்கம் திரும்பி தலை குனிந்தபடி நின்றிருந்தாள். மிகச் சன்னமான குரலில் ஈரமான வார்த்தைகள் அவன் காதில் மீண்டும் விழுந்தன.

'எனக்கும் தெரியாம இல்லை. ஆனாலும்...'

வீட்டுக்குள் வெகுநாட்களாகத் தேங்கியிருந்த கனம் மிகுந்த மௌனத்தை அகற்றுவதற்காகவாவது ஏதாவது பேசவேண்டும் என்று துடித்தான் அச்சுதன். முடியவில்லை. எல்லாமே உறைந்து போய்விட்டிருந்தது.

வெளியே மழை நின்றபோதும் வானம் தெளிந்தபாடில்லை. காற்றில் இலைகள் அசையும் ஓசை. தாளம் தவறிய இதயத்துடிப்பைப் போல மழைத்துளிகள் விழும் ஓசை. பக்கவாட்டிலும் தூரத்திலுமாக குருவி களின் சத்தம். அச்சுதன் ஜன்னல் கதவுகளை முழுவதுமாகத் திறந்து விட்டான். எல்லா ஓசைகளும் தடையின்றி உள்ளே வரட்டும். உயிரின் ஓசைகள்.

இன்னமும் இந்தக் காகிதங்களை எடுத்துக்கொண்டு வக்கீலைப் பார்க்கப் போகணுமா? இந்தக் காகிதங்களை நெஞ்சோடு சேர்த்துப்

பிடித்துக்கொண்டு கொஞ்ச நேரம் படுத்தாலே அவை சாம்பலாகி விடும். வேண்டாம். இனி எங்கேயும் போகவேண்டாம்.

'போகணும்.'

காற்றில், மழைத்துளி விழும் ஓசையிலேயே யாரோ சொல்வது போல - புறக்கணிக்க முடியாத கட்டாயப்படுத்தலின் ஓசை. அது மரத்து உறைந்துபோன அனைத்தையும் உருக்கி ஆவியாக்கி, உடம்பு முழுக்க ஒரு ஜுவாலை போலப் படர்ந்தது. அச்சுதனின் உதடுகள் காய்ந்து போயின. தொண்டையில் நீர் வற்றியது. பெரும் தாகத்துடன் வெளியே பார்த்துக்கொண்டு நின்று காதைத் தீட்டினான்.

நகைத்துப்போன வானத்திலிருந்து பசுமையான வயல்வெளிக்கு பனிபோலச் சாரல் விழுகிறது. மங்கலான வெளிச்சத்தில் வாசலில் ஒரு சிறு அசைவு.

மூங்கிலால் கட்டப்பட்ட முன் வாசல் கதவினைத் திறந்து அப்பு படியேறி வருவதைப் பார்த்தான். கண்ணில் கசிந்த ஈரம், பார்வையை மறைக்காதிருக்க, தன் தோளிலிருந்த துண்டை எடுத்துத் துடைத்துக் கொண்டான். அப்பு முற்றம் வரை வந்துவிட்டான்.

'சாவித்திரி, பாரு! யார் வந்திருக்கா பாரு!'

உரக்கச் சொல்லவேண்டுமென்று நினைப்பதற்குள் சாவித்திரி இறங்கிச் சென்று அவனை வாரியெடுத்துவிட்டாள். அச்சுதன் மனத்தின் துள்ளலைக் கட்டுப்படுத்த மிகவும் சிரமப்பட்டான். முன்பக்க அறைக்கு அவசரமாகச் சென்றான். அதற்குள் அப்புவையும் தூக்கிக்கொண்டு சாவித்திரி உள்பக்க அறைக்கு வந்துவிட்டாள். அவன் அறைக்குள்ளே வந்து கண்ணிமைக்காமல் பார்த்துக்கொண்டிருந்தபோது, சாவித்திரி ஓரக்கண்ணால் பார்த்துப் புன்னகைத்தாள். அப்புவைப் பக்கத்தில் சேர்த்து அணைத்துக்கொண்டு அலமாரியைத் திறந்தாள். தைத்த பிறகு ஒரு முறைகூட அவன் அணிந்திராத புதுச் சட்டையையும் நிக்கரையும் வெளியே எடுத்தாள். மடிப்புகளைச் சீர்ப்படுத்தி ஒரு நொடி அதை முகத்துக்கருகே வைத்து முகர்ந்தாள். பிறகு அப்புவின் முடியைக் கோதிவிட்டு ஒழுங்குபடுத்தியவாறு சொன்னாள்:

'அந்தத் திங்கட்கிழமை இதையும் போட்டுக்கிட்டு ஸ்கூலுக்குப் போறேன்னுதானே நீ சொன்னே? அப்புறம் அன்னைக்குக் காலையில மழைன்னு சொல்லி அதை வேணான்னுட்டே! இல்ல அப்பு?'

அப்பு ஒன்றும் பேசவில்லை. பொய்க்கோபத்தோடு முகத்தைத் தூக்கிவைத்துக்கொண்டான். அவன் பேசாமல் இருந்ததற்கு என்ன

காரணம் என்று அச்சுதனுக்கு திடீரென்று ஞாபகம் வந்தது. அப்பு என்று கூப்பிட்டால் பதில் சொல்லமாட்டேன் என்று ரொம்ப நாளைக்கு முன்னால் அவன் அறிவித்திருந்ததை சாவித்திரி மறந்து விட்டாளா? சாவித்திரியேதானே அதற்கும் காரணமானவள்? பம்பாயில் வசிக்கும் ஒரே ஒரு மாமாவின் பெருமைகளை என்றும் சொல்லிச் சொல்லி அப்புவைக் கிறங்கவைக்கவில்லையா? கடைசியில் ஒருநாள் அவனே தன் பெயரை மாற்றிக்கொண்டான். இனிமேல் மாமா என்று கூப்பிட்டால்தான் பேசுவானாம். மறந்துவிடாமல் இதில் விடாப் பிடியாக இருக்க அவனால் முடியும்.

'இப்போ இதைப் போட்டுக்கிட்டு அப்பாவோட போடா கண்ணு. நீ கூட இருந்தா அப்பாவோட அசதியெல்லாம் பறந்திடும்! இல்ல அப்பு?'

அதற்கும் அவன் பதிலேதும் சொல்லவில்லை. அந்தச் சமயம் பார்த்து அச்சுதன் அவனை அணைத்து பக்கத்தில் நிற்க வைத்தான். சாவித்திரியைத் தோற்கடித்த பாவனையில் அவனைப் பார்த்துச் சிரித்தபடி கேட்டான்.

'உங்ககூட வரலாமா மாமா?'

மகனும் அம்மாவும் உரக்கச் சிரித்ததில் அந்த வீடு பொங்கி வழிந்தது.

சில நிமிடங்களில் அச்சுதன் தயாராகி விட்டான். காகிதங்களை எல்லாம் ஒரு வாரப் பத்திரிகைக்குள் பத்திரமாக வைத்து, அதையும் குடையையும் கையில் எடுத்துக்கொண்டான். மகனின் கையைப் பிடித்துக்கொண்டு அவன் படியிறங்கிச் செல்வதை கண்குளிர பார்த்த சாவித்திரி சொன்னாள்:

'அப்பாவை பத்திரமா பார்த்துக்கோ மாமா!'

மாமா வெட்கத்தோடு சிரித்தான்.

படி தாண்டியதும் ஒருமுறை திரும்பிப் பார்த்து மீண்டும் சிரித்தான்.

வயல் வரப்பில் நடக்கையில் அச்சுதன் சொன்னான்:

'மாமா! வரப்பு வழியா நடக்கறச்சே திரும்பிப் பார்க்கக்கூடாது. விழுந்திடுவே!'

'நான் விழமாட்டேன்!'

'சரி.'

வயலிலிருந்து ரோட்டுக்கு ஏறி நடந்தார்கள். ஈத்தாம்பியின் மளிகைக் கடையின் முன் என்றுமில்லாமல் நிறையபேர் பஸ் வரக் காத்துக்

கிடந்தார்கள். ஈத்தாம்பி யாருக்கோ கொடுத்த சாமான்களின் கணக்கைக் கூட்டிப்போடும் சத்தம் அங்கு நிறைந்தது. எண்களை ராகத்தோடு இழுத்துப் பாடுகின்ற பரிச்சயமான அந்தக் குரலில் மூழ்கி நின்றான் அச்சுதன். அதற்கிடையில் யாரோ பஸ்ஸைப் பற்றித் தகவல் கேட்டதும் ராகம் நின்றது.

'ஒண்ணே முக்காலுக்குப் போன வண்டி ஆக்ஸில் ஒடிஞ்சு கிடக்குன்னு சொன்னாங்க. அடுத்து வந்த ரெண்டு பஸ்ஸூம் இங்கே நிப்பாட்டாமப் போயிட்டான். கூட்டு ரோட்டிலே நிக்கறவங்களை ஏத்தறதுக்காக ரெண்டும் போட்டிப் போட்டு ஓடிச்சு. நல்ல வேடிக்கைதான்!'

அச்சுதன், மாமாவின் முகத்தைப் பார்த்தான். மாமா அந்த வேடிக்கையை நினைத்து சிரித்துக் கொண்டிருந்தார். எதிர் பக்கத்தில் ஒரு பஸ் வந்து நின்றது. சிலந்தியின் முட்டை உடைந்தது போல சிறு பிள்ளைகள் இறங்கி ஓடினர். சந்தேகத்துடன் திரும்பிப் பார்த்து நடந்துகொண்டிருந்த ஒரு சிறுவனைப் பார்த்து மாமா சொன்னார்:

'அவன் என் க்ளாஸ்ஸூலே படிக்கறவன்பா. திருட்டுப்பய, ஒண்ணும் பேசாமப் போறதை பார்த்தீங்களாப்பா!'

'மாமா, க்ளாஸூக்குப் போய் ரொம்ப நாளாயிடுச்சில்லே. அவன் மறந்திருப்பான், பரவாயில்லை!'

பஸ்ஸிலிருந்து இறங்கியவர்கள் நெரிசலில் இடித்துக்கொண்டு அவர் களைக் கடந்து சென்று கொண்டிருந்தனர். பரிச்சயமான முகங்கள் மிகவும் குறைவு. முன்னர் இப்படியல்லவே என்று நினைத்தான் அச்சுதன். இப்போது வாடகைக் கட்டடங்கள் அதிகமாகிவிட்டன. டௌன்ஷிப்புகள் வந்துவிட்டன. பரிச்சயமற்ற முகங்களின் எண் ணிக்கையும் பெருகிவிட்டது.

ரோட்டைக் கடக்க முடியாமல் நிறையபேர் காத்து நின்றார்கள். வாகனங்கள் ஒரே சீராக வரிசை முறிந்து போகாமல் ஓடிக்கொண் டிருந்தன. காத்து நின்றவர்களில் ஒருவர், ஈத்தாம்பியின் கடைக்குச் செல்வதற்காகத் திரும்பினார். அச்சுதனைப் பார்த்ததும் அருகே வந்தார். டைப்பிஸ்ட் உன்னி. சொந்தமாக ஒரு வீடு கட்டுவதற்காக ரெண்டு மாதமாக லீவு போட்டிருந்த உன்னி.

'பாத்து ரொம்ப நாளாச்சு, இல்லே? ஒரு வழியா லின்டல் லெவல் வரைக்கும் வந்தாச்சு. இந்தத் தொல்லையெல்லாம் பாக்கறச்சே கான்ட்ராக்ட் குடுத்திருந்தா நல்லாயிருக்குமேன்னு தோணும். அப்படின்னா ஒரு பிரச்னையுமில்லையே!'

கொஞ்சம்கூட சுவாரஸ்யம் தோன்றவில்லையெனினும் உன்னியைத் திருப்திப்படுத்த அச்சுதன் சொன்னான்:

'ஆனா, நாம நேரடியா பாத்து வேலை வாங்கறச்சே உறுதி விஷயத் திலே பயப்படத் தேவையில்லையே!'

'என்ன உறுதி? அப்படி ஏதாவது சந்தேகமிருந்தா கட்டடத்தை முழுசா இன்சூர் பண்ணவேண்டியது. அவ்வளவுதான்!'

கடையின் பக்கம் திரும்பத் தொடங்கிய உன்னி, திடீரென ஞாபகம் வந்தது போலக் கேட்டார்.

'அதுசரி, நீங்க என்ன இந்த நேரத்திலே இங்கே?'

'வக்கீலைப் பாத்துட்டுப் போவணும்.'

'ஏன், கேஸ் ஏதாவது?'

'ஒரு நஷ்டஈடு விஷயம்!'

'அப்படின்னா?'

'உங்களுக்குத் தெரிஞ்சிருக்கும்னு நெனச்சேன். இவனோட விஷயம் தான். ரோட்டோரமாத்தான் நடக்கணும்னு இவன்கிட்டே நான் சொல்லியிருக்கிறேன். அப்படித்தான் என்னைக்குமே அவன் நடந் திருக்கான். இருந்தும் லாரி வந்து இடிச்சுடுத்தே!'

'ஆ! லாரி இடிச்சுடுத்தா? அப்புறம்?'

'பஸ் ஸ்டாப்புகிட்டதான் நடந்தது. அதனால நிறைய பேர் வந்து குமிஞ்சிட்டாங்க. தலையிலதான் பலமான காயம். ஆஸ்பத்திரிக்கு எடுத்துட்டுப் போக எல்லா ஆளுங்களும் முயற்சி பண்ணாம இல்லை. அவங்க கைகாட்டின காருங்களெல்லாம் கூட்டத்தைப் பார்த்து நிறுத் தாமப் போயிடுச்சு. கடைசியில ஒண்ணு ரெண்டு பேர் சேர்ந்து ஒரு டாக்ஸி புடிச்சு ஆஸ்பத்திரிக்கு எடுத்துட்டுப போனாங்க. என்னத்தச் சொல்றது. அங்க போயி சேர்றதுக்குள்ள இவன் இறந்துட்டான்!'

உன்னி பரிதாபமாகக் குழந்தையைப் பார்த்தார்.

'பாவம்!' - அவர் குழந்தையின் கன்னத்தைத் தடவினார்.

'என்ன ஒரு தெய்வீகமான முகம். இவனுக்குப் போயி இப்படி நடந்துடுச்சே!'

அவர் இரண்டு நிமிஷம் கண்ணிமைக்காமல் குழந்தையின் முகத்தையே பார்த்துக்கொண்டிருந்தார்.

'தலைலே காயம் பட்டுச்சுன்னு சொன்னீங்கல்லே. தலை ஒடஞ்சு மூளை வெளியே வந்திடுச்சா?'

'இல்லே!'

'இந்த ஹெட் இஞ்சூரி இருக்கே, ரொம்ப ஆபத்தானது. அதனால கேட்டேன், வேறொண்ணுமில்லே!'

சட்டென்று கைக்கடிகாரத்தைப் பார்த்து உன்னி சொன்னார்:

'அய்யோ நான் மறந்தே போயிட்டேன். ஜல்லி லாரி இந்நேரம் வந்து சேர்ந்திருக்கும்.'

அவர் கடைக்குச் செல்லாமல் அவசரமாகத் திரும்பி நடந்தார். அப் போதைக்கும் முன்னும் பின்னுமாக இரண்டு பஸ்கள் வந்து நின்றன. அச்சுதனும் மகனும் பின்னாலுள்ள பஸ்ஸில் ஏறிக்கொண்டனர். பஸ் புறப்படுவதற்குள் நெரிசலில் மாட்டி, தள்ளப்பட்டு பஸ்ஸின் முன் பாகத்துக்கே வந்து சேர்ந்தனர். வழியில் ஓர் இளைஞனின் கையில் மாட்டியிருந்த ஸ்டீல் வளையம் பட்டு அச்சுதனுக்கு நெற்றி வலித்தது. தடவிக் கொண்டிருக்கையில் பையனிடம் சொன்னான்:

'மாமா, என் காலை கெட்டியாப் பிடிச்சு நின்னுக்கோ!'

வண்டிக்குள் இருந்த ஸ்பீக்கரில் இருந்து உச்சஸ்தாயியில் ஒலித்துக் கொண்டிருந்த பக்திப் பாடலின் சத்தத்தில் அவன் சொன்னது அமிழ்ந்துவிட்டது.

பஸ்ஸிலிருந்து இறங்கி நடக்கையில் அச்சுதனுக்கு மிக அசதியாக இருந்தது. அவ்வப்பொழுது வாரப் பத்திரிகையை விரித்துப் பார்த்தான். காகிதங்களெல்லாம் பத்திரமாக இருந்தன. திடீரென்று திடுக்கிட்டு யோசித்தான். குழந்தை இறங்கவில்லையோ? திரும்பிப் பார்த்தபோது பளபளக்கும் சின்ன கண்களைக் கண்டான். பட்டணத்துக் காட்சிகளைப் பார்த்துக் கொண்டிருந்ததில் கொஞ்சம் பின்னால் தங்கிவிட்ட பையன் ஓடிவந்து சேர்ந்து கொண்டான்.

வக்கீல் ஆபீஸின் வராண்டாவில் போட்டு வைத்திருந்த நாற்காலிகள் ஒன்றும் காலியாக இல்லை. ஓர் ஓரமாக தூணோடு சேர்ந்து நின்று கொண்டான் அச்சுதன். பக்கத்திலேயே மகனும். அவன் குனிந்து மகனின் காதில் சொன்னான்:

'மாமாவுக்கு எலுமிச்சை சர்பத் குடிக்கணும் போல இருந்ததா?'

இல்லையென்ற அர்த்தத்தில் சின்னத் தோள்கள் குலுங்கின. முன்னால் இரைச்சல் மிகுந்த ரோட்டிலேயே வைத்த கண் வாங்காமல் நின்றிருந் தான் பையன். பட்டணத்தின் பாய்ச்சல் இரைச்சல் கோலாகலத்துக்கு இடையில், ஒரு சின்ன நிசப்தத்தைப் போல தன்னோடு ஒட்டி நின்ற மகனை நீண்ட நேரம் அச்சுதன் பார்த்தபடி இருந்தான். நேரகால பரிமாணங்களின் பிடியைவிட்டு முடிவில்லாத ஆழத்துக்குள் ஆதரவின்றி விழுந்து கொண்டிருக்கிறது மனம். தப்பிக்க வேண்டும். தப்பிக்க வேண்டும்.

வெகு அருகிலுள்ள ரோட்டில், வாகனங்கள் இரைச்சலோடு பறந்து கொண்டிருந்தன. நிறமற்ற வானத்தின் கீழே, ஈரம் மிகுந்த வாயுவை பலவித ஓசைகள் தாக்கி நுழைந்தன. பயந்தும் விலகியும் பதுங்கியும் ஒதுங்கியும் செல்லும் மனிதர்களைப் பார்த்து அவன் பெருமூச்செறிந் தான். நிகழ்காலத்தின் நீர்ச்சுழிகளில் மாட்டிக்கொண்டபோதும் அதையும் மீறி உயிர் தப்ப நினைக்கும் ஒருவிதமான சின்னப் பிராணி களாகத்தான் அவன் அவர்களைக் கண்டான். பின்னால் நின்றிருந்த வானளாவிய கட்டடங்களின் பின்னணிதான் தன்னை இப்படிச் சிந்திக்க வைத்ததோ என்று தனக்குத்தானே சமாதானம் சொல்லிக்கொண்டான். தினாஸர்கள் மடிந்து அழிந்தபோது புது வாழ்வுக்குச் சந்தர்ப்பம் கிடைத்து மர உச்சிகளை விட்டு இறங்கி வந்த மயிர்த்தோலுள்ள சின்ன விலங்குகளைப் பற்றி எங்கேயோ படித்தது ஞாபகத்துக்கு வந்தது. வம்சநாசத்தின் முடிவு குறிக்கவென பனிக்கட்டிகள் உதிர்ந்து வீழ்கின்றன.

வக்கீல் குமாஸ்தா குழந்தையின் கன்னத்தை வாஞ்சையோடு தடவி, தாம்பூலக் கறை படிந்து கறுத்துப்போய் பளபளக்கும் பற்களைக் காட்டிச் சிரித்தார்.

'அப்பா!'

ஒரு காட்டுமிராண்டியின் அலறல் போல முழங்கிய சைரன் சத்தத்தில், அமிழ்ந்துபோன அந்த அழைப்புக்குரல் அவன் காதில் விழவில்லை. சின்ன விரல்கள் அச்சுதனின் சட்டை ஓரத்தைப் பிடித்து இழுத்தன. பனிமூடிய யுகத்துக்குத் தப்பித்துச்செல்ல முயன்ற அச்சுதன், வக்கீலின் வராண்டாவுக்குத் திரும்பிவந்தான். கொஞ்சம் தர்மசங்கடத்துடன் குமாஸ்தாவின் முகத்தைப் பார்த்தான். கறைபடிந்த பற்கள் பளபளத்தன.

'ரோட்டிலே நடக்கற கோலாகலத்தைப் பார்க்கறீங்களாக்கும். நம்ம ரோட்டிலே இந்த வண்டிகளுக்கு எடமே போறாது. ஒரு விதத்திலே

பாத்தா இந்தளவுதானே நடக்குதுங்கற விஷயத்துலே நம்மை நாமே தேத்திக்கலாம்!'

அச்சுதன் அவர் சொல்வதைக் கவனிக்க முயன்றான். அதற்குள் அவர் சொல்லி முடித்தார்:

'நேத்துகூட நாங்க உங்க விஷயம்தான் பேசிக்கிட்டோம். சரி, உள்ளே வாங்க! கூட்டம் கம்மியான நேரம்.'

அச்சுதன், மகனின் கையைப் பிடித்தவாறு உள்ளே சென்றான்.

விபூதியணிந்திருந்த வக்கீலின் முன்னால் அமர்ந்தபோது அச்சுதனுக்கும் பேச வார்த்தை வரவில்லை. வக்கீலுக்குப் பின்பக்கம் சுவற்றில் பதித்திருந்த விநாயகர் சிலையின் முகத்தில் ஒரு சிரிப்பிருந்தது. பையனுக்கு அந்தச் சிரிப்பு பிடித்திருந்தது போலும். அவன் ஒரு புன்சிரிப்போடு விநாயகருடன் நட்பு ஏற்படுத்திக் கொண்டான்.

வக்கீல் கொஞ்ச நேரம் வழக்குக் கோப்பின் பக்கங்களை அலசினார். பிறகு அச்சுதனையும் மகனையும் பார்த்துக் கருணை ததும்ப புன்னகைத்தார்.

'எதுவுமே நமக்கு உறுதியா சொல்லமுடியாத நிலைமை, இல்லே? காம்பன்சேஷன் விஷயத்திலே நமக்கு எல்லா அருகதையும் இருக்கு, சந்தேகமேயில்லை. பட் ஒன் திங். இந்த விக்கேரியஸ் லயபிலிட்டி பிரச்னைகளைப் பத்தி உங்களுக்குத் தெரியுமா, மிஸ்டர் அச்சுதன்?'

'தெரியாது!'

'அதாவது, பதில் சாத்தியக்கூறு. வண்டி ஓட்டுகிறவன் விபத்துக்குக் காரணமானவனாயிருந்தாலும் அவன் வெறும் வேலைக்காரன்தான். ஒரு தவறு அவன் கையில் வந்துவிட்டது, அவ்வளவுதான்! அப்போ, பணத்தொகை குடுக்கற பொறுப்பை இன்ஷூரன்ஸ் கம்பெனிகிட்டே ஒப்படைச்சிருக்கீங்க, இல்லையா? ஸோ ஃபார் இட் இஸ் க்ளியர்! அப்படித்தானே?'

'கம்பெனி நஷ்டஈட்டுத் தொகை தரணும்னுதானே நாம கேட்டிருக்கிறது?'

'கரெக்ட்! ஆனா அவங்களுக்கு அது தரமுடியாதுன்னு வாதம் செய்யவும் சில பிரிவுகள் இருக்கு. உதாரணத்துக்கு, நம்ம கேஸிலே லாரி ஓட்டுன ஆளை இன்னும் கண்டுபிடிக்கவே இல்லை!'

சட்டென்று அச்சுதன் நிமிர்ந்தான்.

‘க்ளீனர்தானே வண்டி ஓட்டியது?’

‘அது நமக்குத் தெரிஞ்ச விஷயம். ரிக்கார்டு பிரகாரம் அந்த ஆளே இன்னும் பிடிக்கலேன்னுதான் இருக்கு. இனி ஒரு வேளை அவன் மாட்டினாலும் பிரச்னையிருக்கு. அவனுக்கு அந்தச் சமயத்திலே வண்டி ஓட்டற லைசென்ஸே இல்லையே. பாவம்! அவன்மேலே கொலக் குத்தம்கூட சுமத்தப்படலாம். கம்பெனிக்காரங்க இந்தப் பாயிண்டிலே புடிச்சுக்குவாங்க. பரவாயில்லை. மனிதாபிமானத்தின் பேர்லே நாம அந்தக் க்ளீனரை விட்டுருவோம். என்ன?’

அச்சுதனுக்கு தலையெல்லாம் மரத்துப்போவது போலிருந்தது. ஆறுதல் தேடிய கண்கள் மகனின் முகத்தில் பதிந்தது. வக்கீல் தொடர்ந்து, ‘நாம ஒருசில அட்ஜஸ்ட்மென்ட்டுக்கெல்லாம் தயாரானா இந்த விஷயம் சுலபமாயிடும். பின்னே இல்லையா என்ன! இல்லைன்னா, அன்னைக்குன்னு பாத்து ரெண்டு பஸ் போட்டி போட்டு ஓடவும் க்ளீனர் திடீர்னு திருப்பவும் அதே நேரம் பார்த்து உங்க பையன் அங்க வந்து மாட்டவும் எல்லாம்...’

‘நான் ஸ்கூல் விட்டப்பதான் வந்தேன்...’

‘பெரியவங்க பேசும்போது, நீ குறுக்காலே பேசாத தம்பி! அதுவும் நீ செத்துப்போனவன். இறந்து போனவங்க பேச்சை யாராவது காரியமா எடுத்துக்குவாங்களா?’

அச்சுதன் மகனைப் பார்த்தான். அந்தச் சின்ன முகம் நிறம் மங்கிப் போயிற்று. கண்கள் ஈரமாகின்றன. ஒருமுறை அவன் ஓரக்கண்ணால் தன்னைப் பார்த்தான். அப்பு முகம் குனிவதைப் பார்த்தபோது உள்ளுக்குள்ளே இருந்து யாரோ அலறிக் கூவுவது போலிருந்தது. போதும். இதை இங்கேயே முடித்துவிட வேண்டும்.

வக்கீல் கனைத்து, குரலைச் சரிசெய்தார்.

‘நான் என்ன சொல்ல வந்தேன்னா... லைசன்ஸ் உள்ள சரியான ட்ரைவர்தான் லாரி ஓட்டுனார்னு நாம அவரைச் சொல்ல வைப்போம். அதுக்கு...’

அச்சுதன் எழுந்தான். மகனின் கையைப் பிடித்து வெளியேறினான். வழி தெரியாதவனைப் போல சற்று நேரம் ரோட்டோரம் நின்றான். பிறகு முன்னால் நடந்து கொண்டிருந்த மகனைப் பின்தொடர்ந்தான். வீட்டின் முன்னிலிருந்த வயலில் அப்பொழுது மழை தூறிக்கொண்டிருந்தது.

வீட்டு வாசலில் சாவித்திரி காத்திருந்தாள். அச்சுதன் ஒன்றும் பேசாமல் உள்ளே சென்றான். காகித தஸ்தாவேஜுகளை பத்திரப்படுத்தி இருந்த

வாரப் பத்திரிகையை மேஜை டிராயரில் போட்டு வைத்தான். உள்ளே கடந்து வருகையில் சாவித்திரி ஏதாவது கேட்டாளோ?

அச்சுதன் அவசரமாக முன்பக்க அறைக்குச் சென்றான். ஒழுங்காக மடித்து வைத்த புதிய நிக்கரையும் சட்டையையும் அகல விரித்த உள்ளங்கையில் வைத்துக்கொண்டு தொலைவில் எங்கோ பார்த்துக் கொண்டு அசையாமல் நிற்கிறாள் சாவித்திரி. அச்சுதனும் வாசல் பக்கமே பார்வையைச் செலுத்தினான். மழைத் தூறலில் வயலின் பசுமைக்குள் நடந்து தூர நீங்கிக் கொண்டிருந்தான் அப்பு.

'அப்பு...'

'மாமா...'

சாவித்திரியின் அழைப்புக்குரல் உதடுகளிலேயே தளர்ந்து வீழ்கிறது. அச்சுதன் சாவித்திரியின் தோளில் கையைப் பதித்துக்கொண்டு பார்த்த வண்ணமே நின்றான். மிக மெல்லியதாக அலையடிக்கும் வயல். மேலே கருமணியில்லாத கண்ணைப் போன்று வானம்.

நேரம் கடந்து...

அதைக் கேட்டபோது எனக்கு ஆச்சரியமாகத்தான் இருந்தது. ரெயில்வே ஸ்டேஷன் மாஸ்டர் வேலையிலிருந்து சுயஓய்வு பெற்று பதினைந்து வருடமாகிவிட்டது. இப்போது ஆல்வாயில் நடக்கப்போகும் மாநட்டில் நானும் கலந்துகொள்ள வேண்டுமென்று கேட்டுக்கொள்வதோ? வெங்கடேஸ்வரனும் முரளியும். எழுபதுநாளில் சரித்திரம் படைத்த ரெயில்வே வேலைநிறுத்தத்தில் பங்கேற்றவர்கள் நாங்கள். மிகவும் கஷ்டப்பட்டவன் வெங்கடேஷ்வரன்தான். நானோ, கொஞ்ச நாள் தலைமறைவாக இருக்கவேண்டியிருந்தது. அவ்வளவே! வெங்கியின் வேண்டுகோள் என்றால் தட்டிக்கழிக்க முடியாது. ரெயில்வே ஊழியர்களில் இலக்கியத்தை நேசிக்கும் அபூர்வமானவர்களில் ஒருவனே முரளி. கடைசியில் நான் அதற்குச் சம்மதித்தேன். அப்படித்தான் ஞாயிறன்று காலையில் திருச்சூர் ரயில் நிலையம் வந்து சேர்ந்தேன்.

ஐலண்டு எக்ஸ்பிரஸ்ஸில் ஜன்னலோரமாகத்தான் எனக்கு இருக்கை கிடைத்தது. இரண்டாவது ப்ளாட்ஃபாமில் ஒரே நெரிசலும் கூட்டமு மாக இருந்தது. குருவாயூருக்குப் போகிறவர்களோ கோயில் தரிசனம் முடித்துத் திரும்பி வருகிறவர்களோ என்னமோ! கொஞ்சம் தள்ளி நின்றிருந்த சின்னக் குழுவிலிருந்த ஒருத்தரை சட்டென்று கவனித் தேன். ராமநாதய்யர்! வெங்கடேஸ்வரனின் தோளைத் தட்டினேன்.

‘வெங்கி! பாரு, நம்ம பழைய ராமநாதய்யர்.’

வெங்கி திடுக்கிட்டுப் பார்த்தான். ஒரே நிமிடம். பிறகு ஒரு புன்சிரிப் புடன் சொன்னான்.

‘நிஜமாகவே அவரைப்போல தோணுது. ஆனா இது வேறே யாரோ. ராமநாதய்யர் இப்போது எங்கே இருக்கிறாரோ! ரிட்டயர் ஆகியே

எத்தனை வருஷமாயிருக்கும்? அய்யரை நாம கடைசியா பாத்த காலத்திலே இந்த ஆளோட வயசு இருந்ததே, இல்லெ?'

எனக்கு என் தவறு புரிந்தது. இதெல்லாம் மனம் செய்யும் சதி. நாம் கடைசியாகப் பார்த்த வடிவத்திலும் பிராயத்திலும்தான் எல்லோரையும் மனத்தில் பத்திரப்படுத்தி வைக்கிறோம். ராமநாதய்யர் இப்போது உயிரோடிருக்கிறாரோ என்னமோ! இருந்தால்..? நான் கணக்குப் போட்டேன். எண்பது வயதாவது ஆகியிருக்கும். இப்போது பார்த்த ஆளைப்போல இருக்காது. சுருக்கம் விழுந்த ஒரு சிறிய மனிதனாக மாறியிருப்பார்.

வண்டி நகர்ந்தது. ராமநாதய்யரை ஞாபகப்படுத்திய அந்த மனிதனும் குழுவும் பின்னால் தள்ளப்பட்டனர். நான் சொன்னேன்:

'ஸ்டேஷன் மாஸ்டர்களின் தற்போதைய பிரச்னைகளைப் பற்றி எனக்கென்ன தெரியும்? நீங்க சொல்லிக்கொடுத்தா...'

'அதெல்லாம் ஒண்ணும் வேணாம். முன்னால வேலையிலிருந்த காலத்து விஷயங்கள் ஏதாவது சொன்னாப்போதும். தொழிற்சங்க சர்ச்சைக்கிடையில் ஒரு ரிலீஃப்' - முரளி சொன்னான்.

பிறகு அவர்கள் இரண்டு பேரும் பைக்குள்ளிருந்த சில தஸ்தாவேஜு களை எடுத்து படிக்கத் தொடங்கினார்கள். மாநாட்டில் சர்ச்சை செய்யப் படவேண்டிய விஷயங்களாக இருக்கலாம். எனக்கு ஏதாவது யோசித்துக்கொண்டிருக்க அவர்கள் மௌனசம்மதம் அளித்தது போல.

புதுக்காடு ஸ்டேஷன் ஒரு சின்ன முழக்கத்துடன் பின்னால் நகர்ந்த போது நான் ராமநாதய்யருடன் வேலை செய்த இடத்துக்கு மனத்தள வில் திரும்பிச் சென்றேன். வளத்தூர், தமிழ்நாட்டிலுள்ள வடஆற்காடு மாவட்டம். இன்று திருச்சூர் ஸ்டேஷனில் பார்த்த அந்நியன், நான் வளத்தூரை நினைத்துக் கொண்டுவர ஒரு நிமித்தமானான் என்றுதான் சொல்லவேண்டும். முன்னர் பலமுறை, எந்தக் காரணமுமின்றியே வளத்தூரில் வாழ்ந்த காலம் மனக்கண்ணில் தெளிந்திருக்கிறது.

அப்போது நான் ரிலீவிங் ட்யூட்டியிலிருந்தேன். ஏதாவது ஒரு ஸ்டேஷனிலுள்ள ஊழியர் லீவு கேட்டுச் செல்லும்போது மேலதிகாரி களின் உத்தரவுப்படி அங்கே போக வேண்டும். ஒரு நாளுக்குள் ஸ்டேஷன் லேஅவுட்டும் மற்ற விஷயங்களும் பார்த்துக்கொள்ள வேண்டும். பிறகு டிக்ளரேஷன் பதிவுப்புத்தகத்தில் கையொப்பமிட்டு ட்யூட்டி எடுக்கவேண்டும். அப்போதுதான் லீவு எடுத்தவருக்கு அங்கிருந்து போகமுடியும். அன்று தனிக்கட்டையாக இருந்த நான் வேலூரில் தங்கியிருந்தேன். வளத்தூருக்குச் செல்ல காலை

ரயிலில்லை. காலையிலேயே போய்ச்சேரவேண்டியிருந்ததால் பஸ்ஸில் சென்றேன். தேசிய நெடுஞ்சாலையில் மாரிக்குப்பம் என்ற ஊரில் இறங்கி நடந்தேன். கரும்புத்தோட்டங்களையும் வாழைத் தோப்புகளையும் தாண்டிச்செல்லும் கிராமத்துச்சாலை பாலைவனம் போல இருக்கிறது. பாலாறு. அதற்கப்புறம் ஒன்றரை கிலோமீட்டர் நடை.

ஸ்டேஷன் நெருங்க நெருங்க அங்குள்ள சீனியர் அதிகாரியைப் பற்றி யோசித்தேன். எப்படிப்பட்டவரோ? ஒரு விஷயம் மட்டும் தெரியும். பெயர் ராமநாதய்யர். நெற்றியில் அரை இஞ்சுக்கு மூன்று பட்டை தீட்டிய கரிசனக்காரரோ? நல்ல நபராக இருந்தால் வேலை செய்ய சுகமாக இருக்கும். தங்குவதற்கும் சாப்பிடுவதற்கும் சின்ன சௌகரியங்கள் ஏற்பாடு செய்ய உதவுவார். இல்லையென்றால் ப்ளாட்ஃபாம் வெயிட்டிங் ரூம்தான் சரணம்.

பழையகாலத்தில் வெள்ளைக்காரர்கள் கட்டிய ஸ்டேஷன் கட்டடம். வெனிஷியன் முறையில் மரப்பலகைகள் சேர்த்துவைத்த உயரமான கதவு திறந்து கிடக்கிறது. இருப்புப் பாதைக்கப்பால் அகலமான பெரிய ஏரி. கரையோர பசுமையை மேயும் மாடுகள். ப்ளாட்பாரத்தில் வரிசை யாக நிற்கும் வேப்பமரங்களில் பறவைகளின் கீச்சுக்களேபரம்.

உள்ளே சென்று மெமோ கொடுத்தேன். சிகப்பாக ஒல்லியாக, கொஞ்சம் முன்பக்கமாக வளைந்துநிற்கும் உருவம். நெற்றியில் பட்டையோ பொட்டோ இல்லை. தலைமுடி நன்றாகவே நரைத் திருக்கிறது. இருந்தாலும் வயதை அதிகம் காட்டாத முகம். முதற் பார்வையில் சாதுவான ஆள்தான். ஆனால் சட்டென்று புரிந்துகொள்ள முடியாத ஏதோ ஒரு கோளாறு இருப்பது போல ஒரு தோற்றம்.

‘உட்காருங்கோ, கிரிக்கூ.’

மலையாளிதான். கொஞ்சம் சந்தோஷம் தோன்றாமலில்லை. ராமநாதய்யர் பேலன்ஸ் ஷீட் தயார் பண்ணிக்கொண்டிருந்தார். நான் சுவரில் மாட்டியிருந்த ஸ்டேஷன் வாக்கிங் இன்ஸ்ட்ரக் ஷன்ஸை எடுத்துப் படிக்க முயன்றேன். இப்படிப்பட்ட ரயில் நிலையத்துக்குத் தேவையான சிக்னல்களே இல்லாமிருந்தன. ப்ளாட்ஃபாம் முடிகிற இடத்தில் ஒரு கேட்டிருந்தது. மாட்டுவண்டிகளும் ட்ராக்டர்களும் மட்டும் போகும் செம்மண் பாதை. ரயில்வே கேட்டின் சாவி ஸ்டேஷன் மாஸ்டரின் பொறுப்பிலிருந்தது.

பேலன்ஸ் ஷீட்டை நகர்த்திவிட்டு ராமநாதய்யர் பெருமூச்செறிந்தார்.

‘கர்மம். அட்லாஸ்ட் டேலி ஆயிடுச்சு.’

என்னைப் படிக்க முயல்கிறார் என்று தோன்றத்தக்க ரீதியில் என் முகத்தை ஒரு முறை பார்த்தார்.

‘அதையெல்லாம் சாவகாசமா அப்புறம் படிச்சுக்கலாம். ஒரு பிரச்னை யுமில்லாத ஸ்டேஷனிது. இப்போ அதைத் திருப்பி வச்சிடுங்க.’

அவர் சொன்னபடியே செய்தேன். ராமநாதய்யர் இருக்கையைவிட்டு எழுந்தார். என் முகத்தை இன்னொரு முறை கூர்ந்து பார்த்தார். நாடகபாணியில் திரும்பி டிக்கெட் கவுன்டர் பக்கம் சென்றார். கவுண்டருக்குக் கீழே வைத்திருந்த ஒரு தகரப்பெட்டிக்கருகே அமர்ந் தார். ஒரு பாட்டை முணுமுணுத்துக்கொண்டு பெட்டியைத் திருப்பி வைத்தார். அந்தப் பெட்டிகளுக்கும் பூட்டில்லை என்று அப்போதுதான் கவனித்தேன். பூட்டுக்குப் பதிலாக பழையகாலத்தில் உபயோகித்த ஒரு ஸ்டீல்பேனா திருகப்பட்டிருந்தது. அதை உருவியெடுத்து பெட்டியைத் திறந்தார். அதனுள் நிறைய புத்தகங்கள்.

‘எல்லாமே நான் இன்டர்மீடியட்டுக்குப் படிச்ச புத்தகங்கள். மகாகவி ஆசான், வள்ளத்தோள், கீட்ஸ், எல்லோருமே இருக்காங்க. எ கேலக்ஸி இன் எ டின் பாக்ஸ்.’

ஒரு சிரிப்பொலி பொங்கியது. அவர் ஒரு புத்தகத்தை எடுத்து தன் இருக்கையில் அமர்ந்து சின்னப்பிள்ளையை மாயாஜாலம் காட்டி ஆச்சரியப்படவைக்கும் தோரணையில் அந்தப் புத்தகத்தை என்னிடம் காட்டினார்.

‘ஸீ! இதப் பாத்தியா?’

மலையாளமும் தமிழும் ஆங்கிலமும் எப்போது மாறிமாறி வரும் என்று என்னால் உறுதியாகச் சொல்ல முடியாத நிலைமை. புத்தகத்தின் மேலட்டையைப் படித்தேன் குமாரசம்பவம். மொழிபெயர்ப்பும் தெளிவுரையும் கெ.பி.நாராயணபிஷரெடி.

‘நௌ ஐ வில் ரீட் எ ஸ்டான்ஸ். நீ அதனோட மீனிங் சொல்லணும். அதுக்குப் பிறகுதான் ட்யூட்டி விஷயங்களெல்லாம்!’

முதலில் என்னால் தெளிவாகப் புரிந்துகொள்ள முடியாமலிருந்த ஏதோ ஒரு கோளாறின் பாகம்தானோ இதெல்லாம் என்று யோசித்தேன். அனுசரித்துப் போகும் மாணவனின் தோரணையை வரவழைத்து நடித்தேன். ராமநாதய்யர் ராகத்துடன் வாசித்தார்.

> பிரதாபி சூரியன் ஸமயம் கடந்து
>
> குபேர திக்கோடணயான் சிரமிக்கெ

பூந்தென்னல் அத்தஷிண திங்முகத்து

ஸந்தாப நிஸ்வாச சமம் ஜனிச்சு

'கமான், டெல்மி.'

நான் கொஞ்சம் தயங்கினேன். குபேரதிக்கு என்றால் வடக்கு என்று எனக்குத் தெரிந்திருந்தது. தெற்குப்பகுதியிலிருந்து காற்று வந்தது என்பதும் புரிந்தது. ஒரு மாதிரியாக எனக்குப் புரிந்ததைச் சொல்லி விளக்கினேன். அதை அவர் வரவேற்றதோ உரக்கச் சிரித்துக்கொண்டு.

'போறாது. போறாது நாட் எனஃப். குமாரனின் பிறவிக்காக இமய மலைச் சிகரங்களில் பின்னணி ஏற்பாடாகிக் கொண்டிருக்கிறது. பனிக்காலம் திடீரென்று மாறுகிறது. காமதேவனின் வருகைக்கு முன்னதாக வசந்தம் வந்திருக்கிறது. அப்போது சூரியனும் வடக்கு திசைக்கே வந்து தீரணும். மகாகவி காளிதாஸ் சூரியனுக்கு ஒரு டிரான்ஸ்பர் கொடுக்கிறார். இயற்கையில் என்னவெல்லாம் மாற்றங் கள் கொண்டுவர வேண்டும் என்று அவருக்கு நன்றாகத் தெரியும்.'

நான் ஏதோ ஒரு காலேஜில் மலையாள வகுப்பில் உட்கார்ந்திருக் கிறேனோ என்று தோன்றியது. ஸ்டேஷன் மாஸ்டரின் வெள்ளைக் கோட்டணிந்த ஆசிரியன். ராமநாதய்யருக்குள் வேறு யாரோ நுழைந்து சென்று அவரை ஆட்டிப்படைப்பது போலிருந்தது.

'பிரதாபியான ஆசிரியன் சமயம் கடந்தது என்று சொல்லும்போது, ஒழுக்கநெறிகளையெல்லாம் மீறிவந்தான். அவளைப் புறக்கணித்து கணவனை சூரியன் மற்றொருவனின் மனைவியை அடையச் சென்ற போது தக்ஷினை (தெற்கு) திசையின் முகத்திலிருந்து சந்தாபப் பெருமூச்சு வந்தது. ஹ... ஹ...ஹ... இப்போ புரிஞ்சுதா? மகாகவி காளிதாஸனின் திருப்பாதங்களில் விழுந்து கும்பிடலாம். இல்லையா?'

'ஆமா!'

எனக்கு ஒரு குறும்பு எண்ணம் தோன்றிற்று.

'சாரு கோவிச்சுக்கலேன்னா ஒரு விஷயம் கேக்கறேன். சந்தாபப் பெருமூச்சை பூந்தென்றல்னு சொன்னது அவ்வளவு சரியாகப் படலையே?'

அவர் அந்தப் பழைய சிரிப்பைச் சிரித்தார். இம்முறை உடல் வளையச் சிரித்தார். சிரிப்பு அடங்கியதும் ஒரு நிமிடம் யோசனையில் மூழ்கினார்.

'நல்லா சொன்னே. கெட்டிக்காரன். இந்த விஷயத்தை நான் இதுவரைக்கும் யோசிச்சதில்லே. ஏதோ காரியத்தோடதான் மகாகவி

அப்ப எழுதியிருக்கிறார். என்ன இருந்தாலும் நீ டெஸ்ட்ல பாஸா யிட்டே. மீதிய சாயங்காலம் பேசிக்கலாம். ராத்திரியிலே டியூட்டி எடுக்கணும். வரதராஜனோட அம்மா ஆஸ்பத்திரியிலே இருக்காங்க. அவனுக்கு இன்னைக்குப் புறப்பட்டாவணும். அவனுடைய நைட் டியூட்டிதான் உனக்கு.'

நான் மீண்டும் ஸ்டேஷனிலுள்ள தஸ்தாவேஜுகளையெல்லாம் படித்துப் பார்த்தேன். மாஸ்டர் ரோலைப் பார்த்தபோது இரண்டு பெயர்கள் என் கவனத்தை ஈர்த்தன. ஒன்று ஆர். பிச்சைக்காரன். பாயின்ட்ஸ்மேன் அவர். அப்படியொரு பெயரை நான் வாழ்க்கையில் முதன்முறையாகப் பார்க்கிறேன். இரண்டாவது பெயர் பி.திலகவதி, ஸ்வீப்பர் கம் போர்ட்டர். அழகான பெயர்.

இரவு ட்யூட்டி எடுத்தேன். போர்ட்டர் நமச்சிவாயம். அவன் ஒரு முறை முகத்தைக் காட்டிவிட்டு குசலம் பேசினான். பிறகு வெயிட்டிங் ரூமிலுள்ள இரும்பு பெஞ்சில் ஒரு சாக்கப்பை முடிக்க வேண்டியதை யெல்லாம் எழுதிமுடித்தேன். ரெஜிஸ்டரிலெல்லாம் சிவப்புக் கோடுகள் வரைந்து புதிய தேதியைக் குறித்தேன். நமச்சிவாயம் வந்து ரயில்வே கேட்டின் சாவியைக் கேட்டான். நான் சொன்னேன்: 'பெங்களூர் மெயிலுக்கும் டைம் ஆயிடுத்தே. ஜல்தி வரமுடியுமா?'

'சாவிய மெயில் போன பிறகு தந்தா போதும் சார். ஒரு டஜன் மாட்டு வண்டி இருக்கு.'

அவன் போகவில்லை. சிக்னல் விளக்கின் திரியை சரிசெய்து கொண்டு அங்கேயே உட்கார்ந்தான். நான் அந்த சந்தர்ப்பத்தைப் பயன்படுத்த நினைத்தேன். ஸ்டேஷனைப்பற்றியும் அதன் அருகாமையிலுள்ள கிராமத்தைப் பற்றியும் எல்லா விஷயங்களையும் விசாரித்தேன். நமச்சிவாயம் நன்றாகப் பேசத் தொடங்கினான். ஸ்டேஷனில் வேலை செய்பவர்களைப் பற்றியும் அந்த கிராமத்தைப் பற்றியும் நிறைய விஷயங்கள் சொன்னான். கடைசியில், புதுமணப்பெண்களின் கல்யாணப்புடைவையைக்கூட அடகுவைத்துக் கடன் கொடுக்கும் செட்டியார் ஒருவர் இந்தக் கிராமத்திலிருக்கிறார் என்றும் அவருடைய மாட்டுவண்டிகள்தான் கேட்டில் காத்துக்கொண்டிருக்கின்றன என்றும் சொன்னான்.

அவன் சொன்ன அபிப்பிராயங்களையெல்லாம் பிற்பாடு நான் மனத்தளவில் வரிசைப்படுத்திய பரிசீலனை செய்தேன். பொதுவாக, அங்கேயுள்ள யாரையும் நம்பமுடியாதாம். ராமநாதய்யரின் மனைவி ஒரு ராட்சஸியாம். அவர்கள் ரெண்டு மகன்களும் ஒரு மகளுமாக சென்னையில் நிரந்தரமாக வாழ்க்கை நடத்துகிறார்கள், அவர்களின்

அப்பா வாங்கிக் கொடுத்த வீட்டில். இந்த மாதிரி பட்டிக்காட்டில் வந்து தங்க அவர்களுடைய நாய்கூட தயாராகாது என்று சொன்னார்களாம். அய்யருக்கு அவர்களிடம் பயமாம்.

திலகவதியைப் பற்றியும் நமச்சிவாயம் சொன்னான். இளம் வயது விதவை. நல்ல குடும்பத்தில் பிறந்தவள். கணவன் சுப்பய்யா முழுநேரக் குடிகாரனாம். ட்ரெயின் எக்ஸாமினரின் கீழே ஃபிட்டராகத்தான் வேலை செய்திருந்தான். ஒரு நாள் இரவு வயிறுமுட்டச் சாராயம் குடித்துவிட்டு ட்யூட்டிக்கு வந்தான். திரும்பிப்போகவேயில்லை. வண்டிக்கடியில் மாட்டிக்கொண்டானாம். கதை முடிந்தது, அப்படியாக திலகவதிக்கு ஸ்வீப்பர் வேலை கிடைத்தது. சில நபர்களை வேண்டிய விதத்தில் சந்தோஷப்படுத்தியிருந்தால் படித்த பெண்ணுக்கேற்ற ஆபீஸ் வேலை ஏதாவது கிடைத்திருக்கும். அதற்கு அவளுடைய தலைக்கனம் இடம் கொடுக்கவில்லை. அந்தக் கர்வத்தை அடக்கவே ஆண்டவன் ஒரு வழி செய்தான். அவளுக்கு ஓர் ஆண்பிள்ளை உண்டு. ஐந்து வயதிருக்கும். மண்டைக்குள்ளே ஏதோ வியாதியாம். ஆபரேஷனெல்லாம் செய்தார்கள். அதோடு பையனுக்கு ரெண்டு கண்ணும் பார்வையில்லாமல் போய்விட்டது. ஆண்டவன் அந்தளவு கடுமையாக இருந்திருக்க வேண்டாம். திரும்பக் கல்யாணம் பண்ணிக்கொள்கிறேன் என்று சொல்லி எத்தனையோ பேர் வந்தார்கள். ஹூம்! குருடனான பையன் கஷ்டப்படுவான் என்று சொல்லி தட்டிக்கழித்தாள். அதனாலென்ன! இப்போ அவளுக்கு எந்தக் கஷ்டமுமில்லை. பெரிய மாஸ்டர் இருக்கிறாரே... இல்லாவிட்டாலும், அவளைப் போன்ற ஒருத்திக்கு பெரிய கஷ்டமொன்றும் வராது. மதுரை மீனாட்சிகூட அவளைப் பார்த்தால் தலைவணங்கும்.

பெரிய மாஸ்டர் இருக்கிறாரே என்று சொன்னபோது அர்த்தம் பொதிந்த புன்சிரிப்பொன்று நமச்சிவாயத்தின் முகத்தில் மின்னியதை நான் கவனித்தேன்.

விடியற்காலையில் எந்த ட்ரெயினுமில்லை. நாற்காலியில் உட்கார்ந்த படியே தூங்கிவிட்டேன். இரவு நல்ல குளிராக இருந்தது. கதவுகளும் ஜன்னல்களும் எல்லாம் மூடிவைத்திருந்தேன். வெளியே பெருக்கிக் கூட்டும் சத்தம் கேட்டுத்தான் கண்விழித்தேன். கதவைத் திறந்து பார்த்தேன். வெளியே, மிக அருகில் மனம் மயக்கும் வாசமுள்ள பூக்கள் விரிய ஒருசேர நின்றிருந்தது. அதற்கு அப்பால் பெருக்கிக் கொண்டிருந்த திகலவதி சட்டென்று நிமிர்ந்தாள் பெரிய கூந்தலும் அகன்ற விழிகளும் மதுரை மீனாட்சிகூட...

அவள் தயங்கித்தயங்கி புன்னகைத்தாள்.

‘திலகம்’ என்றேன் நான். இம்முறை அவள் நேராகப் பார்த்து நன்றாகவே சிரித்தாள். என்னமோ ஒரு சோகம் பிரதிபலிக்கும் சிரிப்பு.

இனி என்ன பேசுவது என்று யோசித்துக்கொண்டிருந்தேன்.

‘சின்ன மாஸ்டர் வந்த விஷயம் அய்யா சொன்னார். அய்யாவுக்கு, சின்ன மாஸ்டர ரொம்பப் பிடிச்சிருக்கு.’

‘சந்தோஷம், திலகம். உன்னைப் பத்தின தகவலெல்லாம் நானும் தெரிஞ்சுக்கிட்டேன். கேட்டபோது ரொம்ப கஷ்டமா இருந்திச்சு. தளராம தாக்குப்பிடிச்சுத்தான் ஆகணும்.’

அவள் முகம் வாடியது. இருந்தும் கண்களின் பளபளப்பு இரட்டிப்பா யிற்று.

‘வாழவிடமாட்டாங்க. அப்புறம் பெரிய மாஸ்டர் இருக்கிறதால இந்தப் பாவிப்பசங்களுக்கிடையிலே எப்படியோ காலத்தை ஓட்டறேன்.’

நான் திரும்பிப் பார்த்தபோது சற்றுத் தொலைவில் ராமநாதய்யர் பார்த்துக்கொண்டு நின்றிருந்தார். காலையில் அவர் யாருக்கு பரி சோதனை முடித்து வந்திருக்கிறார்? அவர் முகத்தில் தெரிந்த உணர்ச்சி களை என்னால் புரிந்துகொள்ள முடியவில்லை. அருகில் வந்தார். பிறகு திலகத்திடம் சொன்னார்:

‘க்வாட்டர்சுக்குப் போயி, ஜோரா ரெண்டு காபி போட்டுக் கொண்டா.’

உள்ளே கண்ட்ரோல் பெல் முழங்கியது. நான் அறைக்குள் சென்றேன். அய்யர் கேட்டார்:

‘ஹவ் வாஸ் தி நைட்?’

‘பிரச்னையொண்ணுமில்லை.’

அய்யர் ஏதோ யோசித்தபடி ஒரு நிமிஷம் நின்றார். பிறகு நாற்காலியில் அமர்ந்தார். குரலைத் தாழ்த்திக்கொண்டு சொன்னார்:

‘அவளோட கதையைக் கேட்டா மனசு தாங்காது. அந்த அளவுக்கு...’

‘என்கிட்டே நமச்சிவாயம் நிறையச் சொன்னான்.’

‘இவ ராத்திரி ஒண்ணரை மணி வண்டியில் காட்பாடியிலிருந்து வந்திட்டிருந்தா. ஒரு நாள் ராத்திரி இந்த மோசக்காரப் பசங்க அவளைத் தொரத்திப் பிடிச்சுப் பாத்தாங்க. இந்த அறைக்குள்ளே வந்துதான் அவ தப்பிச்சா. அடுத்தநாளே நான் ஒரு ஏற்பாடு பண்ணினேன். காலியா

கிடந்த சிங்கிள் டைப் குவாட்டர்ஸ் அலாட் பண்ணினேன். நமச் சிவாயமும் குவாட்டர்ஸுக்கு விண்ணப்பம் போட்டிருந்தான். அவனுக்குத்தான் கிராமத்திலே சொந்தமா வீடிருக்கே. எனக்கு எதிரா புகாரெல்லாம் குடுத்தான். ஒண்ணும் எடுபடலே.'

ஸ்டேஷனுக்கு எதிர்பக்கம் ஏரிக்கரையின் செம்மண் பாதையில் ஏராள மான மாட்டு வண்டிகள் ஒவ்வொன்றாக வந்து நின்றன. ராமநாதய்யர் சொன்னார்:

'ஒரு விஷயம் சொல்ல மறந்துட்டேன். திஸ் இஸ் தக்காளி சீசன். கொஞ்சம் வொர்க் லோடு கூடுதலா இருக்கும். ரசீதுகள் நிறைய எழுத ணும். கூடை ஒண்ணுக்கு இருபத்தஞ்சு பைசா மாமூல். பதினஞ்சு பைசா நமக்கும் பத்து பைசா போர்ட்டருக்கும். நான் பணம் வாங்கிக்கற தில்லெ. ஆனா காசு வாங்கலேன்னா வியாபாரிகளுக்கு பெரிய மனக் கஷ்டமாயிடும். அவங்களுக்குப் பழக்கமாயிடுச்சு. இஃப் தி காட் ஹஃபியூஸஸ், பக்தர்கள் வருத்தப்படமாட்டாங்களா? அதுபோலத் தான், நான் என்னுடைய ஷேரை அதிலே போடச் சொல்லியிருக்கேன்.'

அய்யர் குறிப்பிட்ட திசையில் பார்த்தேன். அப்போதுதான் வினாயகரின் பெரிய படத்துக்கு முன்னால் வைத்திருந்த உண்டியல்களைக் கவனித்தேன்.

'உனக்கு மாமூல் வேணும்னா வாங்கிக்கோ!'

'எனக்கு மாமூலொண்ணும் வேண்டாம்.'

'அப்போ உன் பெயரையும் உண்டியல்லே போடச் சொல்றியா?'

பிறகு எனக்கு வெகு அருகில் வந்து ரகசியமாக அய்யர் சொன்னார்:

'இந்தக் காசெல்லாம் திலகத்தோட கண்தெரியாத கொழந்தை களுக்குத்தான் போய்ச்சேருது.'

அப்படியாக வளத்தூரில் பகல்களும் இரவுகளும் கழிந்தன. இரவுகளில் என்னுடன் ட்யூட்டிக்கு வந்த நமச்சிவாயமும் முருகேசனும் அமாவாசையும் கதைகள் சொல்லிக்கொண்டேயிருந்தனர். ராமநாதய் யரின் மனைவி, மாதத்தில் ஒருமுறை மதிய உணவு அவருக்கு பரி மாறுவார்கள். சம்பளநாளன்று மத்தியானம் வந்து சேரும் பாசஞ்சரில் ஒரு பெரிய தூக்குப் பாத்திரம் சகிதமாக அவர்கள் வருவார்கள். அய்யரை நன்றாகத் திட்டிக்கொண்டே சாப்பாடு போடுவார்கள். எல்லாரையும் பார்த்து அய்யரே நல்லா பார்த்துக்கோங்கோ என்பார்கள். பே பில்லைப் பார்த்து சம்பளத் தொகையைச் சரியாக எண்ணி

அய்யரிடமிருந்து வாங்கிக் கொள்வார்கள். மாதச் செலவுக்காக ஒரு சின்னத் தொகையை அவரிடம் கொடுத்துவிட்டுப் போவார்கள். இதமாக ஒரு வார்த்தை பேசி யாரும் கேட்டதில்லை. ஓரடி அகல ஜரிகை பார்டர், பளபளக்கும் பட்டுப்புடைவைகட்டி ஏராளமான நகையணிந்து தான் வருவார்கள். சாயங்காலத்துப் பாசஞ்சர் வண்டியிலேறி, இருக்கையிலமர்ந்து தலையை வெளியே நீட்டியபடி சொல்வார்கள். 'பத்திரம், பத்திரம், பத்திரம்.' அய்யர் என்றைக்கும் அரிசி பொங்கி சாதம் வடிப்பார். எலுமிச்சை ஊறுகாயும் தயிரும் மட்டும் போட்டுக் கொண்டுதான் இந்நாள் வரைக்கும் சாப்பாடு. இப்போது திலகவதி மணமணக்கும் சாம்பாரும் பொரியலும் எல்லாம் சமைத்துக் கொடுக்கிறாள். அவளுக்குக் கிடைக்கும் சம்பளம் அவள் குழந்தைக்கும் அம்மாவுக்கும் மருந்து வாங்கக்கூடப் போதாது. பால் விற்று கொஞ்சம் காசு சம்பாதிக்கிறாள். இதோ ஏரிக்கரையில் மேயும் எருமை இருக்கே! அதைக்கூட அய்யர் வாங்கிக் கொடுத்தார் என்றுதான் பொதுவாகப் பேச்சு. ஒவ்வொருத்தருடைய அதிர்ஷ்டம்.

மிச்ச நாள்களிலும், என் ட்யூட்டி நேரத்திலோ அதற்குப் பிறகோ அய்யர் தகரப் பெட்டியைத் திறப்பார். ஏதாவது ஒரு புத்தகத்தையெடுத்து கவிதை படிப்பார். ஆவேசம் பொங்க அதற்கு அர்த்தம் சொல்வார். இதற்கிடையில் அய்யரின் பார்வையில் படாமல் நான் பலமுறை திலகவதியுடன் பேசியிருக்கிறேன். ஒரு முறை அவள் கன்னத்தில் வடிந்த கண்ணீரையும் துடைத்துவிட்டிருக்கிறேன். என்னை அறியாமல் எனக்குள்ளே என்னென்னவோ மாற்றங்கள் நிகழ்ந்து கொண்டிருந்தன. ஒரு மனச்சோர்வு நோய்போல திலகவதியைப் பற்றிய சிந்தனைகள் என்னை ஆட்கொண்டு விட்டன. பைத்தியக்காரத்தனமான கற்பனை களில் பலமுறை மூழ்கினேன். அவள் குழந்தையைக் காப்பாற்றுவதாக உறுதி கொடுத்து அவளை மனைவியாக்கத் தயார் என்று சொல்லி விடலாமா என்றுகூடச் சிந்திக்காமலில்லை.

ராமநாதய்யர் புத்தகங்களையெல்லாம் வெளியே எடுத்து வைத்து பெட்டிக்குள்ளே எதையோ தேடிக்கொண்டிருந்தார். நான் ஒவ்வொரு புத்தகமாக சும்மா புரட்டிக் கொண்டிருந்தேன். எழுதியிருந்தது. To My Ramanathan ஷெல்லியின் கவிதைகளடங்கிய புத்தகம் அது. கையெழுத்துப் போட்டது யார் என்று குறிப்பிடவில்லை. டு.மை. ராமநாதன். நான் உரக்கப் படித்தேன்.

அப்படி எழுதியிருந்த பக்கத்தை அய்யரின் முகத்துக்கு நேராகப் பிடித்துக்கேட்டேன்:

'இது யார் எழுதியது?'

அவர் முகம் ஒரு நொடியில் வெளுத்துவிட்டது.

திடீரென்று ஒரு கூச்சம் மிகுந்த இளைஞனின் முகபாவம். மீண்டும் ஒரு நொடியில் எல்லாம் தணிந்து உறைந்துவிட்டது.

'இட்வாஸ் அன் இன்ஃபேச்சுவேஷன்'

திரும்பவும் மௌனம். முகத்தின் தசைகள் முறுக்கேறியது போலிருந்தது. என் முகத்தைத் துளைத்துத் துழாவும் பார்வை.

'இப்போ உனக்கு திலகவதியிடம் தோணுதில்லை? அதுபோல ஒரு மாதிரியான ஃபூலிஸ் லவ். காலேஜில் என் கூடப்படித்த சீதாலட்சுமியிடம்! அவதான் அதை எழுதினாள்'

எனக்கு என்னமோ போலிருந்தது. என் உணர்ச்சிகளை எவ்வளவு சுலபமாக இந்தக் கிழவர் எடைபோட்டுவிட்டார். என் தொண்டை வறண்டுபோவது போலிருந்தது. கரகரத்த குரலில் சொன்னேன்:

'என் உணர்ச்சிகள் அப்படிப்பட்டவையல்ல!'

பழைய வெடிச்சிரிப்பு அய்யருக்குள் திரும்பி வந்தது. என்னருகில் வந்து தோளில் கை வைத்தார். பிறகு சொன்னார்:

'ஒரே ஒரு ராத்திரி அவ உன்கூடப் படுத்தால் மாறிவிடும் ஜுரம் தானப்பா இது. இதையெல்லாம் தாண்டிவந்தவன் தானப்பா நானும்!'

அடுத்த நாள் காலையில் பெருக்கிக்கூட்டும் ஓசை கேட்டும் நான் கதவைத் திறக்கவில்லை. சிறிது நேரத்துக்குப் பிறகு கதவைத் தட்டும் ஓசை. நான் கதவு திறந்தேன். திலகவதி, பக்கத்திலேயே பையனுமிருந்தான். அவன் உருவத்துக்குச் சற்றுப் பெரிதான சட்டை. குழந்தை முகம். நெற்றியில் காற்றில் பறக்கும் தலைமுடி. சட்டென்று பார்த்தால் எந்தக் கோளாறும் இல்லை என்று தோன்றும் கண்கள்.

'முத்து! இதுதான் புதுசா வந்த மாமன். வணக்கம் சொல்லுடா!'

'வணக்கம் மாமா!'

'வணக்கம்.'

'அம்மா, நான் மாமாவைத் தொட்டுப் பாக்கட்டா!'

நான் அவன்முன் குந்தியமர்ந்தேன். அசைவற்ற கருமணிகளுக்கு நேராக என் முகம். பார்வையற்ற அந்தக் கண்களில் முகத்தின் பிரதி

பிம்பம் தெரிந்தது. அவன் இரண்டு கைகளையும் நீட்டினான். அவன் உள்ளங்கைகள் என் முகமெங்கும் தடவின.

'போதும், போதும்!' - திலகம் சொன்னாள்.

பையன் தன் கைகளை இழுத்துக் கொண்டான்.

நான் எழுந்து நின்றேன். அவள் முகத்தை ஏறிட்டுப் பார்க்க என்னவோ ஒருவித தயக்கம் ஏற்பட்டது. வெயிலில் பளபளக்கும் ஏரித் தண்ணீரைப் பார்த்தேன். கண் கூசியது. பிறகு திலகத்தைப் பார்த்தபோது அவள் இந்த நேரம் முழுதும் என் முகத்தை வைத்தகண் வாங்காமல் பார்த்துக் கொண்டிருந்தாள் என்பது புரிந்தது. சட்டென்று அவள் முகம் குனிந்தாள். நெற்றியில் வைத்திருந்த குங்குமப் பொட்டை அப்போது தான் கவனித்தேன். அதனால்தான் இன்று ஏதோ ஒரு வித்தியாசம்!

நேற்று பொட்டு வைத்திருந்தாளோ? நான் சொன்னேன்:

'பொட்டு நல்லாயிருக்கு. இப்போ கண்ணகி...'

முழுவதையும் சொல்லவிடாமல் அவள் குறுக்கிட்டாள்:

'விதவைப் பொண்ணுங்க பொட்டுவைக்கக் கூடாது, தெரியும். ஆனா பெரிய அய்யா பொட்டு வச்சா நல்லாருக்கும்னு சொன்னார். வெச்சிட்டேன். தப்பு... தப்பு...'

அவள் குரல் லேசாகிக் கொண்டே வந்தது. நான் சொன்னேன்: 'தப்பொண்ணும் கிடையாது, உனக்கு ரொம்ப நல்லாருக்கு!'

அன்றுமாலை லீவில் சென்ற வரதராஜன் திரும்பி வந்தான். ராம நாதய்யர் எனக்கு ரிலீவிங் மெமோ தந்தார். நான் புறப்பட்டபோது என்னைப் பின்தொடர்ந்து வந்தார். அய்யருக்கு என்னமோ சொல்ல வேண்டும் போலிருந்தது. நான் நின்றேன். அவர் அவசரமாக சிரிக்க முயன்றார்.

'டோன்ட் திங்க் இல் ஆஃப் மி! நீ இளம்பிராயம் தானே? இதைவிட எத்தனையோ நல்ல சந்தர்ப்பங்கள் உனக்குக் கிடைக்கும்.'

இந்தப் பாவப்பட்ட நடுத்தரவயது மனிதனின் வாழ்க்கையிலுள்ள சின்ன வெளிச்சத்தையும் அணைச்சுடாதே என்ற கோரிக்கை அந்தக் குரலில் ஒளிந்திருப்பது போலப் பட்டது. ஓரிருமுறை திரும்பிப் பார்த்தேன். திலகவதியை அங்கு எங்குமே காணமுடியவில்லை.

இரண்டுவாரம் கழித்து எனக்கு ஆந்திராவிலுள்ள கூடூருக்குப் போஸ்டிங் ஆர்டர் வந்தது.

'சாலக்குடி ஸ்டேஷன் வந்திடுச்சு.'

வெங்கடேஸ்வரனின் குரல் என்னை எழுப்பியது. அந்த நேரத்தில்கூட வளத்தூரின் ஏரியில் சின்ன அலைகள் அசைந்து கொண்டிருந்தன.

'நான் ரொம்பநேரமா வளத்தூரிலிருந்தேன். அங்கே ஒரு திலகம் இருந்தாளே, கண்பார்வையில்லாத் ஒரு குழந்தையோட! ஞாபக மிருக்கா?'

'ஞாபகமிருக்காவா? அவளோட சாவுதானே ராமநாதய்யரை முழுசா உருக்குலைய வச்சிடுச்சு!'

'சாவா? அப்போ... அது எப்படி?'

'அது சரி. கூடூர் பக்கமெல்லாம் இந்தச் சேதி வந்தது. சோலையா? சுருக்கமா சொல்றேன். ஒரு சம்பளநாள். கோபம் தலைக்கேறி ராட்சஸி மாதிரி மிஸஸ் அய்யர் அங்கு வந்து சேர்ந்தாங்க. யாரோ அவங்ககிட்டெ என்னென்னமோ சொல்லிக்கொடுத்திருக்காங்க போல. அன்னைக்கு வளத்தூரில் ஒரே கலாட்டாதான். அய்யரோட சாப்பாட்டு அடுக்கும், பாத்திரங்களும் ப்ளாட்ஃபாம் பூரா அங்கேயும் இங்கேயும் பறந்தது. மிஸஸ் அய்யர் திலகவதியோட தலைமுடியைப் புடிச்சு இழுத்து ஆடினாங்களாம்...'

'... அடுத்தநாள் நான் மேல்பட்டியில் நைட் ட்யூட்டியில் இருந்தேன். குண்டூரிலெல்லாம் புயல் வீசி, கடல் உள்ளே பொங்கி வந்த ஒரு ராத்திரி, ஞாபகமிருக்கா. அதே ராத்திரி, சைக்லோனிக் வெதர். பலத்த மழையும் காத்தும். பெங்களூர் மெயிலுக்குக் கொஞ்சம் முன்னாலே வளத்தூரி லேயிருந்து ஒரு குட்ஸ் வண்டியை க்ளியர் பண்ணி விட்டிருந்தாங்க. அரைமணி நேரமாயும் வண்டி மேல்பட்டிக்கு வந்து சேரலே. ஒரே பிரச்னை. மெயில் வளத்தூருக்கு வந்து அங்கேயே நின்னுடுச்சு. ஸர்ச் பார்ட்டியை விடறதுக்காகத் தயார் பண்ணிக்கிட்டிருந்தோம். அப்போதுதான் கேட்மேனோட போன் வந்தது. நைட் பட்ரோல்மேன் வந்து சொன்ன தகவல்தான். அவன் சொன்னான். குட்ஸ் வண்டி கேட்டுக்கும் மேல்பட்டிக்கும் இடையில் நின்னுக்கிட்டு இருக்காம். ஒரு எருமை ரன் ஓவராயிருக்கு. சோன்னு கொட்டற மழையிலே ட்ராக் க்ளியர் பண்ண டிரைவரும் இன்னொரு பட்ரோல்மேனும் சேர்ந்து முயற்சி பண்றாங்க. படாதபாடுதான். நாங்க காத்துக்கிட்டிருந்தோம். ஹெட் லைட் தெரியாதுன்னு பலமுறை இறங்கிப் பார்த்தோம். கொஞ்ச நேரத்துக்கப்புறம் திரும்பவும் கேட்மேனோட கோன். எருமை மட்டுமல்ல! ஒரு பெண்ணோடதும், ஒரு குழந்தையோடதுமான உடல்பாகங்களும் இருக்காம், எல்லாம் சேர்ந்து. டிரைவர் ஒண்ணும் பேசமுடியாம கொஞ்ச நேரம் ஸ்டேஷனிலேயே உட்கார்ந்துவிட்டார்.'

'இருந்தாலும்... இப்படி...'

'பிறகு டிரைவர் சொன்னான். ஹெவி டவுன்டோர்லெ ஒண்ணுமே தெளிவா தெரியலையாம். ஆனாலும் அந்த வளைவு திரும்பினதும் ஹெட்லைட்டின் வெளிச்சத்தில் பார்த்த காட்சி. ஒரு பெண்ணும் குழந்தையும் சேர்ந்து எருமையைத் தள்ளி நகர்த்த முயற்சி செய்யறா போலத்தான் தோணிச்சு. வண்டியை நிறுத்தப் பார்த்ததும் நிப்பாட்ட முடியலே!'

வெங்கடேஸ்வரன் சொல்லி முடித்தபிறகு முரளி என்னமோ சந்தேகம் கேட்டான். முரளியின் குரல் வெளியில் எங்கோ தொலைவிலிருந்து வருவது போலிருந்தது. எனக்கு பதிலொன்றும் சொல்ல முடியவில்லை. வண்டி பெரியார் ஆற்றைக் கடந்து கொண்டிருந்தது. முரளி என்னிடம் கேட்டான்:

'அவள் அய்யரோட கீப்பாயிருந்தா, இல்லே?'

'கீப்புன்னு சொல்ல முடியாது. வெங்கி! அப்புறம் எப்பவாவது ராமநாதய்யரைப் பார்த்தியா?'

'அய்யர் அதுக்கப்புறம் ஒரு மடாக்குடியனாயிட்டார். ஒரு நாள் குடிச்சு சுயநினைவில்லாம ஒரு பாஸ்ட் எக்ஸ்பிரஸ்ஸுக்கு பச்சைக்கொடிக்கு பதிலா சிவப்புக் கொடி காட்டினார். டிரைவர் வண்டியை நிறுத்தினார். ரிப்போர்ட்டு போச்சு. சஸ்பென்ஷன் என்கொய்ரியெல்லாம் முடிஞ்சுது. என்கொயரி ஆபீஸர்கிட்டே அய்யர் சில கவிதைகள் பாடி கேக்க வெச்சாராம். கடைசியிலே அவங்க மனைவி கோரிக்கை எழுதிக் கொடுத்ததாலே பெரிய பொறுப்பெல்லாம் இல்லாத ஒரு சபர்பன் ஸ்டேஷனுக்கு அய்யர் மாற்றலாயிட்டார்னு சொல்றாங்க!'

ஆல்வாயில் வண்டி நின்றது. இறங்கும்போது, ஸ்டேஷன் மாஸ்டர்கள் மாநாட்டில் என்ன பேசுவது என்று நான் யோசிக்கத் தொடங்கினேன்.

எலிகள்

என்னவோ ஒரு சத்தம் கேட்டு அவன் திடுதிப்பென்று தூக்கத்திலிருந்து விழித்தெழுந்தான். உணர்வற்ற நிலைக்கு நிகரான தூக்கத்தில், ஆதரவற்ற நாம் எப்படிப்பட்ட பயங்கர நிமிஷத்துக்குள் போய் மாட்டி யிருக்கிறோம் என்று நினைத்து ஒரு நொடி செயலற்றுப்போனான். பிறகு, இருட்டின் சுவரில் ஒரு ஜன்னலின் மங்கலான சித்திரம் தெளிந்துவருவது புரிந்தது. இந்தச் சித்திரத்தைப் பற்றிக்கொண்டு மெதுவாக இடம், காலம் குறித்த பிரச்னையை தீர்க்க முடிந்தது. ஒன்றும் பலப்படுத்துவதற்கில்லை. வெளியே, புறநகர்ப் பகுதியின் குறுகிய சின்ன வாடகை வீடுகளின் பரிசைகளுக்கு மேலே அடைகாக்கும் பனிக்கால இரவின் அழுக்கான, நனைந்த இறகுகளைக் காண முடிந்தது. என்றும் பரிச்சயமான காட்சிதான்! இன்னும் சற்று நேரத்துக்குப் பின் அறுபது விழுக்காடு மக்களும் வறுமைக் கோட்டுக்குக் கீழே அயர்ந்து தூங்கும் இந்த பூமிக்கு மேலாக ரத்தத்தில் தோய்ந்த சூரியன் ஒன்று உதிர்ந்து வரும். எல்லையில்லா காலத்தில் தோய்ந்த சூரியன் ஒன்று உதித்துவரும். எல்லையில்லாததின் ஒரு வெள்ளை வெங்காயத் தோலை மீண்டும் உரித்து வீசித்தரும்.

தூக்கம் கலையக் காரணமான அந்தச் சத்தம் விழிப்புக்கு இடையிலுள்ள சதுப்புநிலத்தில் அதன் அடிச்சுவடு கூடக் காணவில்லை. ஒருவேளை இப்படி ஒரு சத்தம் கேட்கவேயில்லையா? திரும்ப அப்படிக் கேட்கிறதா என்று அறிந்துகொள்ள அவன் காதைத் தீட்டியபடி படுத்தான். கொஞ்ச நேரத்துக்கு ஒரு சத்தமும் கேட்கவில்லை. அப்பொழுது மிக அருகிலிருந்து ஒரு பெருமூச்சு எழுந்தது.

‘நீயும் முழிச்சுக்கிட்டு படுத்திருக்கியா?’

'உம்!'

'ஏன் இவ்வளவு சீக்கிரம் முழிச்சே?'

'ஒரு சத்தம் கேட்டுதா?'

'கேட்குது.'

மனைவி அவன் நெஞ்சில் தலைவைத்தபடி படுத்தாள். தூங்குவதற்கு முன்னால் இப்படித்தான் அவள் படுத்திருந்தாள் என்று அவனுக்கு ஞாபகம் வந்தது. எப்போது தூங்கிப்போனோமென்று தெரியவில்லை. தூங்குவதற்கு முன் பேசிய விஷயங்களும் அவன் ஞாபகத்துக்கு வந்தது. ஒவ்வொன்றுக்கும் அவள் 'உம்' கொட்டிக் கொண்டிருந்தாள். நிஜமாகவே இவள் அதையெல்லாம் கவனமாகக் கேட்டிருப்பாளோ?

தூக்கம் வராமல் ஜன்னலுக்கருகே படுத்தபடி வெளியே பார்த்துக் கொண்டு என்னவெல்லாம் கணக்குப் போட்டார்கள்? நேற்று முந்தைய நாள்தான் சம்பளம் வந்தது. சாதாரண மக்களை சம்பள நாளில் தாக்கும் ஜுரம் அவர்களை இன்னும் விட்டுவிலகவில்லை. தூரத்தில் ஒரு வானளாவிய ஹோட்டல் கட்டடத்தின் உச்சியில் நீல ரத்தினத்தைப் போல ஜொலித்த நியான் நட்சத்திரம், நாசத்தின் சின்னம் போல் இருந்தது.

'நாளையிலிருந்து பால் வாங்க வேண்டாம்.'

'நானும் அதைத்தான் சொல்லணும்னு நெனச்சேன்.'

'நீ ஏன் அப்படி நெனச்சே?'

'ஒண்ணாம் தேதியிலிருந்து லிட்டருக்கு ஐம்பது பைசா ஜாஸ்தியாகப் போகிறதாம்!'

'அப்போ கொழந்தைக்குப் பால் வேணாம், இல்லை?'

அதற்கு அவள் பதில் கூறவில்லை. இருட்டில் தூங்கும் குழந்தைகளை அவன் கண்கள் தழுவின. அவளுடைய தலைமுடியைக் கோதிக் கொண்டு புன்சிரித்தான்.

'நீ எனக்கேற்றவதான்! இன்டியன் எக்கனாமியைப் பத்தி என்னைப் போல நீயும் புரிஞ்சுவெச்சிருக்கிற. நம்ம குடும்பம் திருப்தியான குடும்பம்.'

'என்னெல்லாம் பேசறீங்க. படுத்துத் தூங்கற நேரத்திலே என்ன தமாஷ் வேண்டியிருக்கு?'

'இல்லை, தங்கம். வெள்ளைக்கார ஊழியனின் தர்மபத்தினிக்கு இது மட்டுமில்லே, இன்னும் நிறைய தெரிஞ்சுக்க வேண்டியிருக்கு. டெவலப்பிங் எக்கானமியில் விலைவாசி உயர்வுங்கறது இயற்கையா நடக்கற விஷயம்னும், இது ஒரு உலகளாவிய நிலைமைங்கறதும் நீ புரிஞ்சுக்கிட்டா கண்கள் நனையாமெ எல்லாத்தையும் எதிர்கொள்ள லாம்.'

கோவித்துக்கொண்டதன் அடையாளமான ஒரு முனகல் ஓசை மட்டும்தான் பதிலாக வந்தது. அவன் தொடர்ந்தான்:

'இப்போது தொலைவில் ஜொலிக்கிற அந்த நீலநட்சத்திரத்தோட பிரகாசத்தைப்பத்தி கவிதை நயத்தோட ஏதாவது சொல்லி, ஷாம்பு மணம் கமழும் உன் கூந்தலில் நான் முத்தம் கொடுத்திருக்க வேண்டும். ஆனால் உன் முடியிலே எப்படி ஷாம்பு மணம் வரும்? நான் சொல்லற விஷயத்திலே கவிதை நயமும் வரசாத்தியமில்லே. நாளையிலேயிருந்து குழந்தைங்க ரெண்டு பேருக்கும் ஆளுக்கு ரெண்டு தோசை நமக்கும் ரெண்டு தோசை. ஒரு காரணத்தாலும் அளவு கூடுதலாகக் கூடாது. ஜனாதிபதி கையெழுத்துப்போட்ட ஆர்புனன்ஸ் வந்தாகூட!'

அதைச் சொல்லி முடித்தபோது அவன் தன்னையறியாமல் சிரித்து விட்டான். அவளும் சிரித்தாள்.

'குழந்தைங்க ஒத்துக்குவாங்களான்னு தெரியாது.'

'இன்னும் நான் சொல்லி முடிக்கலேன்னு ஆபீஸிலே அருணாச்சலம் ஒரு புதிய வித்தையைச் சொல்லிக்குடுத்தான். சாதம் வடிக்கறதுக்கு முன்னாடி கழுவி, கொஞ்சநேரம் தண்ணியிலே ஊற வைக்கணும். அப்போ சீக்கிரம் வெந்துவிடும். அதனாலே ஃபியூவால் எக்கானமி யிலே ஒருபடி முன்னேறலாம். ஸ்டவ்வைக் கொஞ்சநேரம் எரிய விட்டா போதுமே!'

ஒல்லியான கைவிரல்களை அவன் உதட்டின் மீது வைத்து அவள் சொன்னாள்:

'இப்போதைக்கு இந்த அளவு போதும்!'

அவன் பிறகு ஒன்றும் சொல்லவில்லை. மனைவியின் தலைமுடி யிலிருந்து ஷாம்புவின் நறுமணம் பொழிகிறதென்று கற்பனை செய்த படி அந்தக் கூந்தலை வருடிக் கொண்டிருந்தான். பின்னர், எப்போதோ நீல நட்சத்திரம் உறக்கத்தின் கருங்கடலில் மூழ்கிவிட்டது.

திடீரென்று தூக்கம் கலைத்த அந்தச் சத்தம் மீண்டும் கேட்டது. அது தோன்றிய இடமும் காரணமும் ஒரு நொடியில் புரிந்துவிட்டது. இரு

வரும் மூச்சையடக்கியபடி படுத்தனர். மனைவி அவன் காதில் கிசு கிசுத்தாள்:

'புரியவில்லையா?'

'புரிஞ்சுடுச்சு!'

பக்கத்து அறையிலிருந்து எதையோ ரம்பத்தால் அறுப்பதுபோல ஒரு சத்தம் கேட்டது. நீண்ட நிமிடத்துக்குப் பிறகு அது மீண்டும் ஆரம்பித்தது. மிக ஜாக்கிரதையாக மிகமிக லேசானகுரலில் அவள் சொன்னாள்:

'இன்னிக்கு அவனை தீத்துக்கட்டணும்.'

அந்தக்குரலில் ஒரு சவால் ஒளிந்திருப்பதுபோலப் பட்டது. கிழிந்த புடைவைகளுக்குப் பதிலாக, புதியன வாங்க இயலாத ஒருவனுக்கு எதிராக. குழந்தைகளுக்கு நல்ல சத்துள்ள உணவு தரமுடியாத ஒரு தகப்பனுக்கு எதிராக. ஆறுமாதத்துக்கு ஒரு முறையாவது மனை வியையும் குழந்தைகளையும் ஒரு சினிமாவுக்கோ உல்லாசப் பயணத்துக்கோ கூட்டிச்செல்லாதவனுக்கு எதிராக எழுந்த சவால். பக்கத்து அறையிலிருந்து வந்த அந்த அறுக்கும் சத்தம் அந்தச் சவாலின் வேகத்தை அதிகரித்தது.

அரைப்பட்டினியாக இருப்பவனின் தூக்கத்தில் அவனுடைய அற்பமான பொருட்களைக்கூட சுரண்டியெடுத்து விடும் சக்திகளின் பிரதிநிதிதான் பக்கத்து அறையில் இருந்தது. ஒரு சாதாரண எலி.

இந்தத் தொந்தரவு தொடங்கி ரொம்ப நாளாகிறது. லீவுக்கு ஊர் சென்று திரும்புகையில் அம்மா கொடுத்தனுப்பிய நாட்டு அப்பளத்தில் முக்கால் வாசியும் தின்று முடித்துவிட்டது. டப்பாக்களின் மூடிகளைச் சாமர்த்திய மாகத் திறந்துவிடும். சுவரில் உள்ள ஆணியில் மாட்டியிருந்தால்கூட பைகளை கடித்துக் கிழித்துவிடும். பனிக்காலத்தில் போட்டுக்கொள்ளச் சொல்லி ராணுவத்திலுள்ள மாமா தந்த பழைய ஸ்வட்டர் நாலு இடங்களில் ஓட்டையாகிவிட்டது. பழைய கால இனிய நினைவு களைப்போலக் காப்பாற்றிவைத்திருந்த கவிதைப் புத்தகங்களைக்கூடக் கடித்துப் பிய்த்துவிட்டது. பசித்தால் எலி கவிதை நூல்களைத் தின்னுமா?

ஒரு டப்பா கவிழ்ந்து விழும் சத்தம் முழங்கியது. இருவரும் ஒரே நேரத்தில் எழுந்தார்கள். பொதுவாகவே களைத்த தோற்றமுடைய அவன். மனைவி தூக்கக்கலக்கத்தில் நின்று லேசாகத் தள்ளாடினாள். ஜன்னல் வழியாக உள்ளே வந்த குளிர் காற்றில் தள்ளாடினாள். அசதி

யில் அறியாமல் தூங்கிப்போனதில் ஜன்னல் சாத்த மறந்த விஷயம் அப்போதுதான் ஞாபகம் வந்தது. ஓசை எழுப்பாமல் அவன் கவனமாக ஜன்னலை மூடி கொக்கி போட்டான். கொடூரனும் தந்திரசாலியுமான ஓர் எதிரியை எதிர்கொள்வது போல மிக ஜாக்கிரதையாக இருவரும் முன்னால் நீங்கினார்கள். காலடி ஓசைகூட எழுப்பாமல் சமையலறை யான அடுத்த அறைக்குச் சென்றனர்.

மனைவி லைட்டைப் போட்டாள். ஒரு டின் மட்டும் கீழே கிடக்கிறது. மூடியைக் காணோம். அதற்குள் இருந்த சிறிதளவு கடுகும் தரையில் சிதறிக் கிடக்கிறது. எங்கும் அமைதி. எந்தச் சலனமும் இல்லை. அவன் மூச்சையடக்கி சுற்றுமுற்றும் பார்த்தான். கொஞ்சநேரத்துக்கு முன் பெற்றுக்கொண்ட சவால், அவன் நரம்புகளில் ரத்த ஓட்டத்தின் வேகத்தை அதிகரித்தது. பொதுவாகக் குனிந்து ஒரு விறகுக் கம்பைக் கைப்பற்றினான்.

நிசப்தத்தால் கனம் கூடிய சூழலில், அவர்கள் இருவரும் சில நிமிடங்கள் காத்தனர். ஒரு சிறு அசைவு. லேசாக ஓர் ஓசை. கண்களாலும் காதுகளாலும் அவர்கள் அந்த அறை முழுதும் துழாவினார்கள். மெல்லிய மரப்பலகையாலான அலமாரியிலுள்ள தகர அடுக்கின் மீது பார்வை நின்றது. பெரிய இரண்டு காதுகள்தான் முதலில் தென்பட்டது. பிறகு பிதுங்கியது போன்ற இரண்டு கண்கள். எல்லா தொல்லை களையும் தங்களுக்குக் கொடுத்துவிட்டு, ஒளிந்திருந்து வேடிக்கை பார்க்கும் பெயரற்ற பகைவனின் முகம் போல. இரண்டு நிமிடம் நிசப்தமாக நிற்கத் தோன்றியது அவனுக்கு.

வலக்கையில் விறகுக் கட்டையை கெட்டியாகப் பிடித்துக் கொண்டு பார்த்து நின்றனர். திடீரென விசித்திரமான ஒரு சந்தேகம் எழுந்தது. இந்த முகஜாடை முன்னர் எங்கேயோ பார்த்திருக்கிறேனோ? இதே முகம். இதே முகபாவம். மனத்தில் தலைமை ஆபீஸில் பில் செக்‌ஷனில் கோப்புகள் அமுக்கி வைத்த மேஜைக்குப்பின்னால் கண்ட அதே முகம்தான் தெளிந்துவந்தது. நெற்றியில் சந்தனப்பொட்டில்லை என்பது மட்டும்தான் இந்த முகத்துக்கு ஒரு குறை. லோனுக்காக விண்ணப்பம் எழுதி பலநாள் காத்து அலுத்துப்போன பிறகுதான் நேரடியாகச் சென்றான். அப்போது இந்தக் கண்களில், இனம் புரியாத ஒரு சிரிப்பு மங்கலாகப் பிரகாசிப்பது தெரிந்தது.

‘என்ன! சம்சாரத்தோட சிகிச்சைக்குன்னுதானே எழுதியிருக்கீங்க? அதற்கு ரூல் பிரகாரம் மெடிக்கல் சர்ட்டிஃபிகேட்டின் ஆதாரம் தேவை.’

‘ஏமாத்திடாதீங்க சார்! மெடிக்கல் சர்ட்டிஃபிகேட்டுக்கு டாக்டரிடம் காட்ட வேண்டாமா? அதுக்குக்கூட வழியில்லை சார். அதுமட்டு

மில்லை, சிகிக்சை தேவைன்னு டாக்டர் சொல்லித்தான் தெரியணுமா? நமக்கே தெரியாதா? இனி, கட்டாயம் சிகிச்சைக்கப்புறம் சர்ட்டிஃபிகேட்டைக் கொண்டு வந்துடறேன்.'

'ஓகோ! அப்போ சட்ட விதிகளை மாத்தறதா உத்தேசமா? அதுக்கு மேலதிகாரிங்களோட கலந்து பேசி பிறகு வாங்க. தப்பில்லை. அதுவரைக்கும் நான் இந்தப் பேப்பரை பத்திரமா இங்கே வச்சுக்கறன், போதுமா?'

'அப்படியெல்லாம் ஒண்ணுமில்லை, சார். ஒரு பேச்சுக்குச் சொன்னேன். நீங்கதான் உதவி பண்ணணும். உண்மையைச் சொல்லப் போனா இது சிகிச்சைக்காக ஒண்ணும் இல்லே. வீட்டிலே யாருக்கும் கட்டிக்க ஒழுங்கான துணிகூட இல்லை. அப்புறம் மளிகைக் கடை பாக்கியை சம்பளத்திலே கட்ட முடியலை. எங்களை மாதிரியுள்ளவங்க பிரச்னைகள் தெரியுமில்லை.'

உருண்டை விழிகளில் சிரிப்பு பிரகாசமாகத் தெரிந்தது. அவர் சொன்னார்: 'அப்படி வழிக்கு வாங்க. என்ன! இந்தத் தடவை ஆபீஸரையெல்லாம் பாக்கப்போறதில்லையாகும்.'

அப்போதுதான் விஷயம் புரிந்தது. சென்றமுறை இன்கிரிமென்ட் அரியர் வாங்குவதற்காகப் பலமுறை படிகள் ஏறி இறங்க வேண்டியிருந்தது. கால் கடுத்ததுதான் மிச்சம். கடைசியில் லேபர் ஆபீஸரைக் கூட்டிவர வேண்டியதாயிற்று. அந்தப் பகையைத்தான் இவர் இப்போது தீர்க்கிறார். என்னத்தைச் சொல்ல! காலைப் பிடிப்பது தவிர்த்து மற்ற எல்லாம் செய்தாகிவிட்டது. அன்று, பிரச்னையெல்லாம் முடிந்து திரும்பிப்போகையில் லேபர் ஆபீஸர் அறிவுரை கூறினார்:

'ஏன் மிஸ்டர், இந்த வம்புக்கெல்லாம் போறீங்க? கம்ப்ளெய்ன்ட் அது இதுன்னு. போகாம எல்லோரும் செய்யறமாதிரி அந்த ஆளைக் கண்டுக்கிட்டு இருந்தீங்கன்னா எப்பவோ கையிலே காசு வந்து சேர்ந்திருக்கும்.'

பிற்பாடுதான் புரிந்தது. E செக்ஷனில் அரியர்ஸுக்காகச் சென்ற போதெல்லாம், அவர் மேஜை டிராயரைப் பலமுறை திறந்து வைத்தார், பிறகு மூடினார். அப்படித் திறந்து மூடுவதற்குள் சில ரூபாய் நோட்டுக்களாவது அதனுள் போட்டிருக்க வேண்டும். நூற்றுக்கணக்கான ரூபா எனக்குக் கிடைக்கப்போகிற விஷயமல்லவா? பிறகென்ன!'

'என்ன, எலிமேல காதல் வந்திடுச்சா?'

மனைவி கிசுகிசுத்ததும், சட்டென்று விழித்துக் கொண்டான். அடிப்பதற்காக விறகுக்கட்டையை ஓங்கியபோது நினைத்துக்கொண்டான்.

இப்படியே ஓர் அடி அடித்தால் சர்க்கரை ஜாடி நொறுங்கிவிடும். பலவீனான அலமாரியே நொறுங்கிவிடக்கூடும்.

அலமாரியில் லேசாக ஒரு முறை தட்டினான். ஒரே குதியில் எலி அரிசி டப்பாவுக்குப் பின்னால் ஒளிந்து கொண்டது. இப்போது அடித்தால் டப்பாவின் சத்தம் முழங்கக் கேட்கும். தூங்குகிற குழந்தைகளும் பக்கத்துவீட்டுக்காரர்களும் விழித்துக் கொள்வார்கள். அதை யோசித்து டப்பாவை மெல்ல நகர்த்தினான். எலி முன்பக்கமாக ஓடியது. மிக பலமாக அடி விழுந்தது. தரை பெயர்ந்துவிட்டது. எலி, குழந்தைகள் தூங்கும் அறைக்குள் ஓடித் தப்பித்துவிட்டது.

உள்ளங்கையில் ஓர் எரிச்சல் உண்டானது. என்னவென்று உற்றுப்பார்த் தால், விறகு கையைக் குத்தி ரத்தம் கசிந்திருக்கிறது. மனைவியின் கவனத்துக்கு அது வராதவாறு கையைச் சுருட்டி வைத்துக்கொண்டு அடுத்த அறைக்கு நடந்தான். அதற்குள் அவனுக்கு நன்றாக மூச்சு வாங்கியது. இப்போதெல்லாம் என்ன செய்தாலும் அவனுக்கு இப்படி மூச்சிரைக்கிறது. உடம்பில் தெம்பு போதவில்லையாக்கும். வளரும் குழந்தைகளுக்கே பால் வாங்கிக் கொடுக்க முடியவில்லை. அப்புறம் தானே தன்னுடைய விஷயம். அது சரி, இப்போது இதெல்லாம் யோசிக்க வேண்டிய விஷயம்.

பக்கத்து அறையின் அலமாரியை அடுத்ததாகக் குறிவைத்தான். அதில் உடையக்கூடிய பலபொருட்கள் இருந்தன. நண்பர்கள் யாராவது வந்தால் காபி பரிமாறுவதற்கான கோப்பைகள், எனாமல் பிய்ந்துவிட்ட பழைய டைம்பீஸ். நெடுநாளைய ஆசிரிய வேலையிலிருந்து ஓய்வு பெற்றபோது அப்பாவின் நண்பர்கள் அவருக்குக் கொடுத்த அன்பளிப்பு களில் ஒன்று. பாசத்துடன் அப்பா மகனுக்குக் கைமாறிய அன்பளிப்பு. அலுப்பூட்டும் அஸ்தமனங்களிலிருந்து உபாதைகளைத் தள்ளித் தள்ளி அலுப்பூட்டும் உதயங்களிடம் கொண்டு சேர்க்கின்ற காலத்தின் கறுப்பு முட்கள்!

'சும்மா பாத்து நிக்காம அடிங்க!'

உத்தரவைக் கேட்டதும் உடனே விழுந்தது அடி. இரண்டு கோப்பைகள் நொறுங்கி விழுந்தன. குழந்தைகள் சட்டென்று எழுந்து திருதிரு வென்று விழித்தனர். எலி, அவர்களின் மேலாகப் பாய்ந்து சென்றது. அவர்கள் அலறிக்கொண்டு துள்ளி எழுந்தனர். பிறகு அறையின் மூலைக்குச் சென்று ஒதுங்கினர். அவனின் உடம்பெங்கும் ஒருவிதமான நடுக்கம் படர்ந்தது. ஒரே தாவு தாவி சமையலறைக்கு விறகுக் கட்டை யுடன் வந்தான். அரிசி டப்பாவில் இரண்டு அடி விழுந்தது. டப்பாவின் மூடி தெறித்துவிட்டது. அவன் மீண்டும் படுக்கையறைக்குத்

தாவினான். அலமாரியில் கண்ணாடிஃப்ரேம் போட்டு சாய்த்து வைக்கப் பட்டிருந்த விநாயகர் படத்துக்குப் பின்னால் எலி ஒளிந்திருந்தது.

அடிக்க ஓங்கின கை சட்டென்று தயங்கிநின்றது. விநாயகரை நினைத் தல்ல! அந்தப்படம் அம்மா கொடுத்தனுப்பியது. குடும்பவாழ்க்கை தொடங்குவதற்காக முதலாகக் கிளம்பும்போது அவனுடைய பெட்டிக் குள் அந்தப் படத்தை எடுத்து வைக்கையில் அம்மா சொன்னாள்:

'உனக்கு கடவுள் நம்பிக்கையெல்லாம் அந்த அளவு இல்லைன்னு தெரியும். இருந்தாலும் என் சின்னப்பிள்ளைகளுக்கு கடவுள் வேணும்னு எப்பவாவது தோணினா...'

தினமும் அந்தப் படத்துக்கு முன்னால் விளக்கு கொளுத்த வேண்டு மென்றும் மனைவியிடம் அம்மா சொல்லிவைத்திருந்தாள். எல்லா விக்கினங்களையும் (தடைகளையும்) நீக்க விக்னேஸ்வரனையல்லாது யாரிடம் சரணடைவது?

இதற்கிடையில் படத்தின் ஓர் ஓரத்தில் தலை தெரிந்தது. கட்டுப்படுத்த முடியவில்லை. ஒரே அடி! விநாயகர் வாயுவில் பறந்து கண்ணாடித் துகள்களை உதிர்த்தார். எலியோ ஒரு கீறல்கூட இல்லாமல் மீண்டும் சமையலறைக்கு வந்தது.

குழந்தைகள் போர்வையுடன் அறையின் நடுபாகத்துக்கு நகர்ந்து வந்து நின்றனர். தூக்கக்கலக்கம் மாறாத கண்களில் நம்பிக்கையின்மையும் பயமும் நிழலாடியது. மனைவியின் கண்களில் ஏமாற்றத்தின் கார்மேகம் மூடியது. அவனுக்கோ பெருத்த அவமானமாக இருந்தது. உள்ளங்கை வேறு எரிந்தது. பெருமூச்சு அதிகமாயிற்று. இருண்ட அடிவானத்தில் முன்னங்கால்களைத் தூக்கி ஆகாயத்தில் உயர்ந்து நிற்கும் பூதாகாரமான ஒரு விலங்கின் நிழலில் நிற்பதுபோல அவன் குறுகி நின்றான். அரை கிலோ சர்க்கரை கறுப்புச் சந்தையில் வாங்குவதற்காக அக்கவுண்ட் மளிகைக்கடை வாசலில் காத்துநின்று கால்கடுத்துப்போனது அவ னுக்கு. கடையில் கடனுக்குச் சாமான் வாங்குபவர்கள் காத்துநிற்கத்தான் வேண்டும். ரொக்கமாக வாங்குபவர்கள் சீக்கிரமாகச் சாமான் வாங்கிச் செல்வதைப் பார்த்து வியர்வை வழிந்தபடி நிற்கையில், ஒரு புதிய அம்பாஸடர் காரில் வந்து இறங்கியது. ஜரிகைப் பூக்கள் மின்னும் பட்டுப்புடைவை. கண்களை மறைக்கும் கறுப்புக்கண்ணாடி. தோளில் தொங்கும் ஜோல்னாப்பை. காருக்குள் இருந்த ஒரு பாமரேனியன் நாய் அவனை விநோதமாகப் பார்த்தது. எலி பையைத் திறந்து ரூபாய் நோட்டுகளை எண்ணியது. ஒரு கிலோ முந்தரிப்பருப்பு. ஆறு கிலோ சர்க்கரை, பாதாம் இருக்கா? இல்லை. வேலைக்காரப் பையன் சாமான் பொட்டலங்களை வாங்கிக்கொண்டான். மனம் மயக்கும் நறுமணத்தின அலைகளை, சுற்றிலும் பரப்பிவிட்டு எலி காரில் ஏறிச் சென்றுவிட்டது.

அரை கிலோ சர்க்கரை வாங்கி அவன் வீடு திரும்பினான். மொகலாய பாணியில் அமைத்த வீட்டின் விசாலமான பூந்தோட்டத்தில், மஞ்சளும் கறுப்பும் வரிகளுள்ள பெரிய கார்டன், குடையின் கீழே ஸ்டெப் கட் செய்த முடியும் சிவந்த முகமுமாக எலி அமர்ந்திருந்தது. பேப்பர் கப்பி லிருந்து ஐஸ்க்ரீமை ஸ்பூனில் எடுத்து ருசிக்கிறது. ஒரு முறை சம்பளம் வாங்கி இறங்கி வருகையில் எலி தடுத்து நிறுத்துகிறது. புதிய பஜனைக் கூடம் கட்டுவதற்காக நிதி திரட்ட ஆபீஸர்களின் மனைவியர் சங்கம் நடத்தும் நாட்டிய நிகழ்ச்சியின் டிக்கெட் புத்தகத்தை எலி தன் முன் நீட்டுகிறது. டிக்கெட் வாங்கவில்லையென்றால் அப்புறம் பார்த்துக் கொள்வேன். சிரிக்கும் கண்களில் கண்ணுக்குத் தெரியாத எழுத்துகளில் எழுதப்பட்டிருக்கும் மிரட்டல். அவன் தொய்ந்துபோய்விட்டான்.

‘அந்தக் கம்பை இப்படிக் குடுக்கிறீங்களா?’

மனைவி கேட்கிறாள். அவளின் நினைவோட்டம் என்னவாகயிருக்கும் என்று யோசித்தான். இந்த ஒயிட் காலர் ஊழியனுக்கு ஓர் எலியைச் கொல்லத் துணிவு உண்டா? அதுவும் ஒரு சாதாரண எலியை? கவலையோடு யோசித்தான். ஒரு எலியைக் கொன்றுவிட்டு என்ன கிடைக்கப்போகிறது? இதுபோல் எத்தனை எலிகளைக் கொன்று குவித்தால் எல்லாம் சரியாகிவிடும்! அதுவும் அவ்வளவு சுலபமாக முடிகின்ற காரியமா?

அவன் யோசனையிலேயே மூழ்கி நின்றுவிட்டான். எலி எங்கே போய் ஒளிந்துகொண்டது? கண்டுபிடிக்க முடியவில்லை. அவன் இழுத்து விடும் பெருமூச்சில் சமையலறையிலுள்ள பாத்திரங்களும் அலமாரி யும் சுவர்களும் கூரையும் எல்லாம் மேலும் கீழும் அசைந்து கொண் டிருந்தன.

திடீரென்று எலி எங்கிருந்தோ வந்து முன்னால் நின்றது. அவன் பெரு மூச்சைக் கட்டுப்படுத்தினான். காலடியை உறுதியாக அமுக்கி வைத்தான். விறகுக் கட்டையை இறுக்கிப் பிடித்தான்.

ஒரே நொடி. மின்னல் வேகத்தில் ஒரு கைதேர்ந்த வீரனைப்போல எலி எம்பிக்குதித்தது. கூரை ஓட்டுக்கும் சுவருக்கும் இடையில் ஒரு சின்ன ஓட்டைக்குள் அது ஓடி மறைந்தது.

அப்படி ஓர் ஓட்டை அங்கு இதற்கு முன்னர் இருந்ததா? இதுவரையில் அப்படியொன்று கண்ணில் படவேயில்லை! அவன் ஆச்சரியத்துடன் பார்த்து நின்றான். ஒன்றல்ல, நிறைய ஓட்டைகள் இருந்தன! எலிகள் எப்போதும் தப்பித்துச் செல்லும் ஓட்டைகள்.

உள்ளங்கையில் ஒரு தீப்பிழப்பு வளருவதுபோல இருந்தது. அவன் விறகுக்கட்டையைக் கீழே போட்டான். கையை விரித்துப்பார்த்தான். ரத்தம் கசிய ஆரம்பித்திருக்கிறது. இருந்தும் என்ன காரணமோ, அவனுக்கு ஒருவித நிம்மதி தோன்றியது. யாரையும் குறிப்பிடாமல் அவன் சொல்லிக் கொண்டான்:

‘எலி இங்கே மட்டுமில்லை. இந்த ஒரு விறகுக் கட்டையாலே மட்டும் என்ன செய்ய முடியும்? நல்ல ஒரு கழியைத் தயார் பண்ணணும்; கை நடுங்காம அடிக்கவும் முடியணும்.’

விம்பிள்டனில் மழை பெய்கிறது

ஏதோ ஒரு விபத்தைப் பார்க்கும் முகபாவத்துடன் இருந்தார் சுகுணன் நம்பியார். பதற்றத்துடன் கண்ணிமைக்காமல் டி.வி.யையே பார்த்துக் கொண்டு சொன்னார்:

'சதீசா! அவ முகத்தைப்பாத்தா ஏதோ முக்கியமான மனக்கஷ்டம் இருக்காப்போல இல்லை?'

லாட்ஜ் அறையின் ஜன்னலுக்கருகே நகர்த்திவைத்த நாற்காலியிலமர்ந்து வெளியே பார்த்தபடி இருந்தான் சதீஷ். வெளியே மழை தூறிக் கொண்டிருக்கிறது. தார் ரோட்டில் கருப்பு வட்டங்களின் எண்ணிக்கை பெருகிக்கொண்டே வந்தது. ஒரு நடுத்தரவயதுக்காரர் மழையைத் தடுப்பது போல உள்ளங்கையை தலைக்கு மேலே மூடிவைத்து வேகமாக நடந்து சென்றார். ரோட்டில் ஆளரவமேயில்லை. டார்ப்பாலின் போட்டு மூடிய பாரத்துடன் ஒரு தள்ளுவண்டி மெது வாகச் சென்று கொண்டிருந்தது. ப்ளாஸ்டிக் தொப்பி போட்ட ஒருவன் அதை முன்பக்கத்திலிருந்து கஷ்டப்பட்டு இழுத்துக்கொண்டிருந்தான். பின்னாலிருந்தவன் டார்ப்பாலின் மீது கையைவைத்து ஹாயாக நடந்துகொண்டிருந்தான். அப்படிப் பார்த்துக் கொண்டே சதீஷ் யோசித்தான்: 'பாதி நாள் லீவு போட்டு வந்திருக்கத் தேவையில்லை.'

'தோ! சதீசா! இங்கப்பாரு!'

சதீஷ் பார்த்தான். வேகமாக அடிக்கப்பட்ட பந்து வலையில் மாட்டிக் கொண்டதைப் பார்த்து தலை குனிந்தபடி திரும்பி நடந்து கொண்டிருந் தாள் மோனிகா செலஸ். விம்பிள்டன் போட்டி நடந்து கொண்டிருந்த சென்டர்கோர்ட்டில் பார்வையாளர்களின் ஆரவாரக் கூச்சல் எழுந்தது.

'என்னமோ மனக்கஷ்டமிருக்கு, இல்லையா?'

‘ஆமா!’

எந்தவித உணர்ச்சியுமில்லாமல் அதைச் சொல்லிவிட்டு சதிஷ் ரோட்டையே பார்த்துக் கொண்டிருந்தான். சுகுணன் நம்பியாருக்கு துபாயிலுள்ள மச்சான் இந்தச் சின்ன கலர் டி.வி.யை அன்பளிப்பாகக் கொடுத்தது மற்றவர்களுக்குத் தொந்தரவாகிவிட்டது. விளையாட்டைப் பார்ப்பதற்காக சுகுணன் நம்பியார் இப்படி லீவு போட்டு தமக்குள்ளேயே முடங்கிக் கிடப்பார் என்று நினைக்கவேயில்லை. தான் லீவு எழுதிக் கொடுக்கையில் இந்தளவுக்கு யோசித்துப் பார்க்கும் மனநிலையிலுமில்லை.

ஆபிஸுக்குச் சென்று தன் இருக்கையில் அமர்ந்த போது முழுமிக்காமல் விட்டுப்போன ஒரு பைலைப்பற்றி யோசித்தான். சர்வீஸில் இருக்கவே இறந்துபோன ஒரு சக ஊழியனின் மகன் அந்த வேலை கிடைப்பதற்காக நடத்திய போராட்டத்தின் அத்தாட்சிகள் அந்த பைலில் இருந்தன. ஒரு சர்வீஸிலும் சேராமல் நேர்மையாக மளிகைக் கடை நடத்தி, பலரிடமும் இரக்கப்பட்டு கடன் கொடுத்து சீரழிந்து அகாலமரணமடைந்த ஒரு தந்தையின் மகனல்லவா நான் என்று வெறுமனே நினைத்துப்பார்த்தான் அவன். ஒவ்வொரு தாளைப் புரட்டும் போதும் அதற்கிடையிலிருந்து லேசான பெருமூச்சு ஒன்று பொங்கி வருவது போல் தோன்றியது. அப்போதுதான் பியூன் அந்தக் கடிதத்தைக் கொண்டு வந்து கொடுத்தான். பைலை மூடிவைத்து கடிதத்தைப் படித்தான். அம்மாவுடையது.

‘... கட்டிக்கப்போற பொண்ணுக்கு வேலையிருந்திருந்தால் இந்த அளவு பிரச்னை இருந்திருக்காது என்று சொல்றார் தாசர் கோபால பிள்ளை. இப்போதைக்கு தங்கச்சியோட விஷயத்தை நிறுத்திவச்சு உன்னுடைய விஷயத்தைப் பார்க்கலாம்ங்கறது அவரோட அபிப்பிராயம். ஒண்ணும் யோசிக்காம முப்பதோ நாப்பதோ வாங்கி ரேணுவின் விஷயத்துக்காக உபயோகப்படுத்துகிறதுதானே புத்திசாலித்தனம்னு அவர் என்கிட்டே கேக்கறார். நான் என்ன சொல்றது? உன்னோட அபிப்பிராயத்தைத் தெரிஞ்சுக்கறேன்னு சொல்லி வச்சுக்கேன்...’

விம்பிள்டனில் மீண்டும் ஆரவாரம். சதீஷுக்கு முன்னால் மழை ஒய்ந்த வெளிச்சத்தில் கறுப்பு ரோடு தெளிவாகிக் கொண்டே வந்தது. ஒல்லியான கருத்த இளைஞர் இருவர் எதிர்பக்கச் சுவரில் புதிய சினிமா போஸ்டர் ஒட்டுவதில் மும்முரமாக இருந்தார்கள். கொஞ்சம் தள்ளி, நிறுத்திப் போட்டிருந்த மாட்டு வண்டி ஒன்றின் மறைவில் ஓர் ஆடு பொறுமையாகக் காத்துக்கொண்டிருந்தது. சுருட்டி வைத்திருந்த போஸ்டரை விரித்ததும் உடல் வடிவை நன்றாகக் காட்டி சிரித்துக் கொண்டு நிற்கும் அழகியைக் கண்டான் சதீஷ்.

‘என்ன ஒரு தொந்தரவு! இந்தப் பாழாப்போன மழை வர்றதுக்கு இதுதான் நேரமா?’

சுகுணன் நம்பியாரின் குரலில் கோபம் கொழுந்துவிட்டெரிந்தது. நாற்காலியின் கைப்பிடியில் அவர் பலமாக அடித்தார். சதீஷ் திடுக்கிட்டான். திரும்பிப் பார்த்தபோது சென்ட்டர் கோர்ட்டில் ஒரே மழை. ஒரு பச்சைநிறப் போர்வையால் கோர்ட்டை மூடு கிறார்கள். மோனிகாவும் ஸ்டெஃபியும் முகத்தைத் துடைக்கிறார்கள். கமன்டேட்டர் ஒரு மரணச்சடங்கை வர்ணிக்கும் தோரணையில் என்னென்னமோ சொல்லிக்கொண்டிருக்கிறார்.

ஈரமான சூழலில் வாய்ப்பாடு ஒப்பிக்கும் இயந்திரகதியில் கோஷம் முழங்கியது. இளைஞர் கூட்டமொன்று ரோட்டில் நீங்கிக் கொண் டிருந்தது. ஒரு சடங்கைப் போல அவர்களின் முஷ்டிகள் வாயுவில் உயர்ந்து தாழ்ந்தபடி இருந்தன. அவர்களைத் தொடர்ந்து சென்ற கண்கள் திரும்பிவந்த போது ஆடு போஸ்டரைத் தின்பது தெரிந்தது. அழகியின் காலை தொடைவரை சாப்பிட்டதும் ஆட்டுக்குத் திருப்தி யாயிற்று போலும். அது சுவரோரமாக மெதுவாக நடந்து சென்றது.

பார்வையாளர்களின் மனம் சலிப்படையாமலிருப்பதற்காக தூர்தர்ஷன் பழைய ஆட்டத்தின் பதிவை மீண்டும் காட்டத் தொடங்கினார்கள். மழை நிற்கும்வரை வேறு வழியில்லை. சதீஷ் நாற்காலியில் சாய்ந்து கண்களை மூடியபடி உட்கார்ந்தான். மனத்தில் சென்டர் கோர்ட்டின் பச்சைப் போர்வையின் மீது ரேணுகா என்ற தங்கை தலைகுனிந்து அழுகிறாள். அம்மா ஆறுதலாக என்னென்னவோ சொல்லிக்கொண்டி ருக்கிறாள். ஒரு புத்தகம் கிடைத்திருந்தால் வாசிப்பின் சுரங்கத்தில் நுழைந்து தப்பித்திருக்கலாம். கைவசமுள்ளவையெல்லாம் படித்தாகி விட்டது. பழைய புத்தகங்களை சொற்ப விலைக்கு விற்கும் கடையிலிருந்து வாங்கியது அவையெல்லாம். சமீபகாலமாக பழைய புத்தகங்கள்கூட வாங்க முடிவதில்லை.

கண்ணைத் திறந்தபோது ஆடு திரும்பி வந்து கொண்டிருந்தது. அப்ஸர அழகியின் அடுத்த காலையும் அது கடித்துக் கிழிப்பதைப் பார்க்க ஏனோ ஆர்வம் உண்டாயிற்று. அதையும் முடித்தபின், அவளருகில் பல்லைக் காட்டி மஸில் உருட்டும் இளைஞனின் நெஞ்சைக்கூடத் தின்னலாம். சதீஷ் வேறு ஒன்றும் யோசிக்காமல் ஆவலாய்க் காத்திருந்தான். மனம், ஆட்டுக்கு ஓநாயின் உருவத்தைக் கொடுத்தது. ஓநாய் போஸ்ட்ருக்கு மிக அருகில் வந்தது. கீழே கிடந்த ஒரு வாழைப்பழத்தோலை கடித்துத் தூக்கியது. ஒரு நொடியில் ஓநாய் வெறும் ஆடாக மாறியது.

ஒன்றும் நடக்கவில்லை. டி.வி கமன்டேட்டர் சொன்னார். என்ன ஆனாலும் பரவாயில்லை என்ற தோரணையில் ஆடு நகர்ந்தது.

மனத்தில் இடிபட்டுக் கிடக்கும் படிக்கட்டில் கோபாலப்பிள்ளை ஏறி வருகிறார். ரேணுவின் விஷயம் இப்போதைக்கு.

சதீஷ், கோபாலப்பிள்ளைக்கு டிமிக்கி கொடுத்துவிட்டு பக்கத்து அறைக்கு அப்பாலுள்ள வராந்தாவைப் பார்த்தான். வராந்தாவின் கீழே, முற்றத்தில் ஹோண்டாவும் யமஹாவும் சுசூக்கியும் இருந்தன. பேங்க் க்ளார்க், பொதுவுடமை நிறுவன ஸேல்ஸ் எக்ஸிக்யூட்டிவ், ஃபான் பொருட்கள் மட்டும் விற்கும் ஏஜென்ட்...

சதீஷ் நினைத்துப்பார்த்தான்: 'வீட்டுக்கு ஒரு பைசாகூட அனுப்பத் தேவையில்லாத அதிர்ஷ்டசாலிகள் இவர்கள்.'

அவர்களின் அறைக்குள் ஒருமுறைதான் சென்றிருக்கிறான். படிக்க ஏதாவது புத்தகம் கிடைக்குமோ என்று தெரிந்து கொள்ளத்தான் சென்றான். வட்டமாக அமர்ந்து சீட்டாடிக் கொண்டிருந்தவர்களில் ஒருவன் அழைப்பு விடுத்தான்:

'நீங்க உட்கார்றதாயிருந்தா ஒரு கை போட்டுடலாம்.'

புத்தகம் கேட்கத்தான் வந்தான் என்று தெரிந்ததும் அந்த ஆள் உரக்கச் சிரித்தான்.

'பொஸ்தகமா! இங்கே அதெல்லாம் ஒண்ணுமில்லை, பாதர். பொஸ்தகம் படிக்க நேரம் கிடைச்சாதானே?'

யாருக்கும் தொல்லையில்லாத ஒரு பத்தாம்பசலியோ அல்லது சுறு சுறுப்பற்ற நோஞ்சானோதான் இவன் என்று அனுமானித்திருப்பார்கள். சாதாரணமாக அவர்கள் யாராவது எதிர்ப்பட்டால் அவன் லேசாகச் சிரிப்பதுண்டு. அத்துடன் நின்றது அவனது நட்பு. இன்று அங்கு சாதாரணமாகப் பார்த்திராத ஒரு கூட்டாளியும் இருந்தான். அவர்கள் அப்படி ஒன்றுசேரும்போது கேட்கும் இங்கிலீஷ் பாட்டும் சத்தமும் கோலாகலமும் ஒன்றுமே இன்று கேட்கவில்லை. அதனாலேயே அந்தச் சூழலுக்குச் கொஞ்சம் கனம் கூடுதலானது போலிருந்தது.

கதவைத் திறந்து அவர்களிடம் ஏதாவது குசலம் பேசலாமா என்று சதீஷ் யோசித்தான். விம்பிள்டனிலிருந்தும் சுகுணன் நம்பியாரிடமிருந்தும் கோபாலப்பிள்ளையிடமிருந்தும் தப்பிவிடலாமல்லவா?

யாரோ கதவைத் தட்டுகிறார்கள். சதீஷுக்கு ஒரு வரப்பிரசாதமாகத் தோன்றிய அந்த ஓசை, சுகுணன் நம்பியாரைத் தொந்தரவு செய்தது போலும். அவர் டி.வி.யின் சத்தத்தைக் குறைத்தார். கதவைத் திறந்த போது, சுசூக்கியில் பயணம் செய்யும் இளைஞன். இதுவரையில்

அவனின் பெயரைக் கூடக் கேட்டுத் தெரிந்து கொள்ளவில்லை என்று நினைத்தபோது சதீஷுக்கு முட்டாள்தனமாகப்பட்டது. சுரூக்கி சட்டென்று மலர்ந்த சிரிப்புடன் சொன்னான்:

'சார்! இன்னைக்கு ஆபீஸுக்குப் போகலே, இல்லியா? இதோ ஒரு புஸ்தகம் கெடச்சிருக்கு!'

பளபளக்கும் உலோக வளையம் அணிந்த கையில் ஒரு புத்தகம்! எதிர்பார்க்காமல் கிடைத்த அதிர்ஷ்டம்!

'வாங்க, உட்காருங்க!'

'இல்லே, இப்போ உக்காரலே. அப்புறம், வந்து... இதைச் சீக்கிரம் படிச்சுட்டு சாயங்காலத்துக்கு முன்னாடி திருப்பித் தந்திடுங்க. இது வேறொருத்தரோடது.'

புத்தகத்தைத் தந்துவிட்டு அந்த ஆள் திரும்பிச் சென்றான். சதீஷுக்கு எல்லாமே விசித்திரமாக இருந்தது. என்னமோ எங்கேயோ உதைக்கிறதே! அவர்களின் அறையில் என்னதான் விசேஷமோ? என்னவானால் இருக்கட்டும்! ஒரு புத்தகத்தைக் கொண்டு வந்து கொடுக்கும் நல்ல மனசாவது இருந்ததே!

நீண்ட நாட்களுக்குப் பிறகு சந்திக்கும் உயிர் நண்பனின் முகத்தைப் பார்ப்பதுபோல சதீஷ் புத்தகத்தின் முகப்பு அட்டையைப் பார்த்தான். பளிச்சிடும் வண்ணப்படம். ஓர் அழகனின் மார்பில் தலைசாய்த்து நிற்கும் அழகி. பின்னணியில் பனிமூட்டத் திரைக்கப்பால் புன்னகைக் கும் பூரண நிலவு. புத்தகம் எப்படிப்பட்டது என்று புரிந்தது. இந்த மாதிரிப் புத்தகங்களை அவன் படிப்பதில்லை. ஆனால் இன்று படிக்க வேண்டும் என்று தோன்றியது அவனுக்கு. அதற்குள் கண்கள் முதல் அத்தியாயத்தின் முதல் வரிசையில் சஞ்சரிக்கத் தொடங்கியது.

பத்மினி, சீர்குலைந்த ஒரு குடும்பப்பரம்பரையில் மூத்த மகள் - அழகி. அவளுக்குக் கீழே இரண்டு தம்பிகளும் இரண்டு தங்கைகளும். சின்ன சம்பளத்தில் குடும்பத்தை நடத்த அவள் அப்பா மிகவும் கஷ்டப் படுகிறார். கிராமம் பூராவும் பரவிவிட்டிருந்த விஷக்காய்ச்சல் அவள் அம்மாவையும் பறித்துச் சென்றது. துயரம் மிகுந்த நெருப்புக்கு மத்தியில் தவம் புரிந்த பத்மினி, ஒரு வழியாக பி.ஏ. பாஸ் பண்ணினாள். மேற்கொண்டு படிக்கவைக்க அப்பாவுக்கு வசதியில்லை. பல இடங்களுக்கும் வேலைக்காக மனுபோட்டு பத்மினி காத்திருந்தாள். பொல்லாத விதி எந்த முன்னெச்சரிக்கையும் தராமல் அவள் குடும்பத்தை மீண்டும் தாக்கியது. பத்மினியின் அப்பா பக்கவாதத்தால் படுத்த படுக்கையாகி விட்டார்.

‘அவதான் செலஸ். குரல்கனைப்பை வெச்சே எதிராளியை நடுங்க வைப்பவ... சதீசா, பாரு! அந்த பேஸ்லைன் பாத்தியா? அதுதான் அவளோட பலம். அவளோட ஃபோர்ஹேன்ட் ஷாட்டைத் தாங்க முடியாம ஸ்டெஃபி ரொம்ப சிரமப்படுவா போலிருக்கு.’

சதீஷின் மனம் பொல்லாத விதியால் குலைந்து போன பத்மினியின் பக்கத்திலிருந்து அரைநிமிடத்துக்குள் மோனிகா செலஸ்ஸின் டென்னிஸ் ரேக்கட்டில் சென்று மாட்டியது. விம்பிள்டனில் மழை விட்டிருந்தது. மோனிகாவும் நம்பியாரும் திரும்ப ஃபாமுக்கு வந்து விட்டிருந்தார்கள்.

‘என்ன சதீசா, விளையாட்டிலே விருப்பமில்லையா?’ - சுகுணன் நம்பியார் அவனை விடுவதாக இல்லை. சதீஷ் சொன்னான்: ‘விளை யாட்டிலே விருப்பம் இல்லாததாலே இல்லெ.’

மனத்தளவில் அந்த வாக்கியத்தைப் பூர்த்தி செய்தான். ‘மூச்சுத் திணறவைக்கும் பிரச்னைகளிலிருந்து தப்பித்த பிறகுதானே விளையாட்டில் மூழ்க முடியும்?’

சதீஷ் அவசரமாக பத்மினியின் துயரம் நிறைந்த உலகுக்குத் திரும்பி வந்தான். அவள் சில பணக்காரர்களின் வீடுகளுக்குச் சென்று பிள்ளை களுக்கு ட்யூசன் சொல்லிக் கொடுக்க ஆரம்பித்தாள். அதிலிருந்து கிடைக்கும் வருமானம் அப்பாவின் சிகிச்சைக்கே போதவில்லை. அந்தக் குடும்பம் வறுமையின் சுடுநெருப்பில் எரிந்துகொண்டிருந்தது. ஒரு நாள் மாலையில் ட்யூசன் முடித்து வீட்டுக்குத் திரும்பி வந்து கொண்டிருந்தாள். சிவப்பு பார்டருள்ள க்ரீம் கலர் புடைவையும் சிவப்பு கண்ணாடி வளையல்களும் அணிந்திருந்தாள். திடீரென்று ஒரு கார் பத்மினியின் அருகில் வந்து ப்ரேக் போட்டு நின்றது. ‘யாரது, காருக்குள்ளேயிருந்து புன்னகைப்பது?’ பத்மினியால் நம்பவே முடியவில்லை. முன்னர் காலேஜில் காதல் கடிதங்களுடன் அவள் பின்னால் வந்து தொந்தரவு செய்த ஜாலி வர்கீஸ். பத்மினியின் மனத்தில் பெரும் பறைமேளம் முழங்கியது. அந்தக் கனிவூறும் புன்சிரிப்புடன் அவளைப் பார்க்கிறான்.

‘பத்மினி! நான் ஒண்ணுமே மறக்கலே. இந்த வழியா வந்தப்போ உன் வீட்டுக்கு வரலாம்னு நெனச்சேன். அப்போதான் உன்னைப்படுத்தின எல்லா விஷயத்தையும் தெரிஞ்சுக்கிட்டேன். நான் அந்த பழைய அறுவைக் கேஸான ஜாலி வர்கீஸல்ல. ரெண்டு பேக்டரிகளுக்குச் சொந்தக்காரன். பத்மினி, என்னாலே உன்னைக் காப்பாத்த முடியும்...’

அவளுக்கு என்ன சொல்வதென்று தெரியவில்லை. அவன் தொடர்ந்து சொன்னான்: ‘இந்த அந்திமாலை பொன் ஒளியில் இந்தக் கண்ணாடி வளையல்கள் எனக்கு என்னென்னமோ ஞாபகப்படுத்துகிறது...

சதீஷுக்கு அலுப்பு தட்டியது. பத்மினியின் சோகமான கதையை வாசித்துத் தீர்க்கணும் என்றுதான் நினைத்திருந்தான். முடியவில்லை. ஜாலி வர்கீஸின் வருகை எல்லாவற்றையும் குளறுபடியாக்குகிறது. மீண்டும் கடிதமும் சென்டர் கோர்ட்டும் முண்டியடித்துக்கொண்டு வருகிறது.

திடீரென்று ஒரு வளையலோசை கேட்டதுபோல் தோன்றியது சதீஷுக்கு. நிஜமாகவே வளையோசை கேட்டதா? ஒரு வேளை பத்மினியின் சிவப்புக் கண்ணாடி வளையல்கள் மனத்தில் குலுங் கியதோ? சதீஷ் காதைத் தீட்டி வைத்தான். பக்கத்து அறையிலிருந்து தானே அது கேட்டது!

புத்தகத்தை மீண்டும் திறந்து, வாசிப்பதைத் தொடர முயற்சித்தான். பக்கத்து அறைக்கதவு திறக்கும் ஓசை. சதீஷ் தன்னையறியாமல் அந்தப்பக்கம் பார்த்தான். கதவை முழுவதுமாகத் திறக்காமல் சுசூக்கி வெளியே வருகிறான். வராந்தாவில் பவட்டமாக அமர்ந்து சத்தம் போடாமல் சீட்டாடிக் கொண்டிருந்தவர்களில் ஒருவன் உள்ளே சென்றான். கதவு மூடிக்கொண்டது. சீட்டாட்டக்காரர்கள் என்னமோ ரகசியமாகப் பேசி சத்தமின்றிச் சிரித்தார்கள்.

சதீஷ் வாசிப்பதைத் தொடர்ந்தான். ஜாலி வர்கீஸைப்பற்றித் தப்பாக நினைத்ததில் பத்மினிக்குக் குற்ற உணர்வு. அவருக்குப் பணக்காரர் என்ற அகம்பாவம் கொஞ்சம்கூட இல்லை. அவர் கண்களுக்கு ஒரு புதிய வசீகர சக்தி வாய்த்துவிட்டிருந்தது. அவள் யோசித்துப் பார்த்தாள். நடுக்கடலில் எந்த ஆதரவுமில்லாமல் மூழ்கிப்போன தன்னை இவர் கைகொடுத்துக் காப்பாற்றுகிறார். இதற்குக் கைமாறாக என்ன கொடுப்பது?

ஜாலி வர்கீஸின் பேக்டரி ஆபீஸில் ரிசப்ஷனிஸ்டாக பத்மினி வேலைக்குச் சேர்ந்த நாள். இவ்வளவு பிரகாசமான ஒரு விடியல் வாழ்க்கையில் இதுவரை உண்டானதேயில்லை. அன்று வேறு யாரு மில்லாத நேரம் பார்த்து ஜாலி அவள் அருகில் வந்து ஒரு மந்திரம் போல் சொன்னான்:

'இப்போதைக்கு இந்த வேலை, பத்மினி. அப்புறம்...'

அந்தக்குரல் பத்மினியின் காதில் இனிமையாக விழுந்தது. 'அப்புறம்' என்ற அந்தச் சின்ன வார்த்தை, அவளின் தனிமையில் பூமழை பொழிந்தது.

பக்கத்து அறையின் கதவு மீண்டும் திறக்கப்படுகிறது. உள்ளேயிருந் தவன் வெளியே வந்தான். இன்னொருவன் உள்ளே சென்றான்.

சீட்டாட்டம் தொடருகிறது. இந்தத் தடவை தெளிவாகவே ஒரு வளையல் குலுங்கும் ஓசை சதீஷுக்குக் கேட்டது.

புத்தகத்தைத் திருப்பி வைத்து ரோட்டையே பார்த்துக் கொண்டிருந் தான். சென்டர் கோர்ட்டிலிருந்து வரும் ஆரவாரத்தின் பின்னணியில் எதிர்ப்பக்கச் சுவரில் ஒற்றைக்கால் அழகி சிரிக்கிறாள். 'ஜாலி வர்கீஸ் நிஜமாகவே பத்மினியை நேசிக்கிறானா? அவன் இதுவரையில் கல்யாணம் பண்ணவில்லையா? இல்லை அவனது சுபாவத்தைச் சகிக்க முடியாமல் மனைவி கோவித்துக் கொண்டு போயிருப்பாறோ? கோபாலப்பிள்ளை இனிவரும்போது அம்மா என்ன பதில் சொல்லப் போகிறாள்?'

கதவை யாரோ பலமாகத் தட்டிக் கூப்பிட்டார்கள். திறந்து பார்த்தபோது சுசூக்கி நிற்கிறான்.

'சார், டைம் முடிஞ்சுடுத்து! புஸ்தகத்தைத் திருப்பித் தர்றீங்களா?'

சதீஷ் சட்டென்று புத்தகத்தைத் திருப்பிக் கொடுத்தான்.

'படிச்சு முடிச்சாச்சா?'

'முடிச்சாச்சு.'

அவன் திரும்பிச் சென்றதும் சதிஷ் கதவை மூடினான். பக்கத்து அறை யின் வராந்தாவில் சீட்டாட்டக்காரர்களைக் காணவில்லை என்று யோசித்தான். கதவை லேசாகத் திறந்து அந்த இடுக்கில் ஒரு திருடனைப் போலப் பார்த்துக்கொண்டு நின்றான். உலகத்தின் மறு கோடியில் ஆட்டத்தைப் பார்ப்பவர்களின் ஆரவாரத்தைத் தவிர, வேறெந்த ஓசையுமில்லை... ரோட்டிலிருந்து கடலைவண்டிக்காரனின் மணியோசை கேட்கிறது. கடலை வாங்குவதற்காக பிள்ளைகள் யாரும் வந்து சேர்ந்ததாகத் தெரியவில்லை. எல்லோரும் டி.வி.யில் விளையாட்டைப் பார்த்துக்கொண்டிருக்கிறார்களோ என்னமோ! இனிமேலும் மழை பெய்யக்கூடும். கதவின் இடுக்கு வழியாக மொட்டைமாடிகளும் வாழையும் தெரியும். ஆன்ட்டெனாக்கள் தாங்கித் தூக்கிவைத்திருக்கும் இருண்ட வானம்!

திடீரென்று பக்கத்து அறையின் கதவை யாரோ உள்ளே இருந்து திறந்தார்கள். ஒரு நொடியில் அது மூடவும் செய்தது. சதீஷ் கண்ணிமைத்து மூடுவதற்குள் பாவாடை போட்ட இளம்பெண் ஒருத்தி ஆளரவமற்ற வராந்தாவிலிருந்து இருண்டு வரும் மாலைக்குள் இறங்கி நடந்தாள். அவள் தெருவுக்கு வந்து ஒரு நிமிடம் நின்றாள். சுற்று முற்றும் பார்த்தாள். கையிலிருந்த நைலான் பையைத் தோளில்

மாட்டிவிட்டு இரண்டு கைகளாலும் முடியைச் சரி செய்தாள். மீண்டும் நடக்கத் தொடங்கினாள். ரோட்டில் நடந்துகொண்டிருந்த அவள் ஜன்னலைக் கடக்கும்போது சதீஷ் ஜன்னல் கம்பியோடு சேர்ந்து நின்று அந்த முகத்தைக் கவனித்தான். அந்த உதடுகளில் நீல நிறமுள்ள சிரிப்பொன்று மலர்வதாகத் தோன்றியது சதீஷுக்கு. அந்தி மாலையின் சிரிப்பைப் போல ஒன்று. நைலான் வலைப்பையில் இரண்டு நோட்டுப் புத்தகங்களும் ஒரு கதைப்புத்தகமும் ஊஞ்சலாடிக் கொண்டிருந்தன. சதீஷ் படித்து முடிக்காத புத்தகமும்!

'எல்லாம் உனக்காக' சுகுணன் நம்பியாரின் கரகரத்த குரலைக் கேட்டு சதீஷ் திடுக்கிட்டான். 'லெட் தெம் கோ டு ஹெல்... இப்படியா மழை? தோ... திரும்பவும் ப்ரேக்!'

சென்டர்கோர்ட்டில் மீண்டும் மழை ஆரம்பித்துவிட்டது. பச்சைப் போர்வையால் மூடிய கோர்ட்டைப் பார்த்து நம்பியார் தாடையில் கைவைத்தபடி உட்கார்ந்திருந்தார். வெளியே அந்தி மாலை சொல்லும் ஏதோ ரகசியம் போல மழை பெய்ய ஆரம்பித்தது.

பயணம்

ரயிலில் கூட்டம் குறைந்தபோது கிடைத்த இடத்தில் படுத்துவிட்டேன். தூங்கிப் போனது கூட தெரியவில்லை. யாரும் எழுப்பாமலே விழித்தெழுந்து நேரத்தைப் பார்த்தபோது தவறு புரிந்துவிட்டது. இறங்க வேண்டிய ஜங்ஷன் தாண்டி இரண்டு மணிநேரம் போலப் பயணம் தொடர்ந்திருக்கிறேன். எங்கே வந்திருக்கிறோம் என்று யோசிக்கையில், தொலைவில் இருளில் முங்கி எழுந்துவரும் வெளிச்சங்கள் தெரிந்தன. அடுத்த ஜங்ஷன் வந்து கொண்டிருந்தது.

உணர்வற்ற நிலையில் மூழ்கிப்போன என் மனத்தின் சூழலைப் புரிந்து கொள்ளும் திறனைச் செப்பனிடும் முன் பையையும் தூக்கி வெளியே இறங்கினேன். ஆளரவமற்ற ப்ளாட்பாரத்தில் காலியாகக் கிடந்த ஒரு பெஞ்சில் உட்கார்ந்து மெதுவாக சுயநினைவைப் புதுப்பித்துக் கொண்டேன்.

நேரம் இரவு ஒரு மணி. இரண்டாவது பிரசவத்துக்காக மனைவியை ஊரில் விட்டுவிட்டுத் திரும்பி வருகிறவழி. ரயிலில் கூட்டமாக இருந்த போது ஒரு மூலையில் சாய்ந்து உட்கார்ந்து சிந்தனையில் மூழ்கி பின்நோக்கிப் பயணம் செய்தவன். அறுவடை முடிந்த வயலுக்குள் இறங்கிச் செல்லும் நடைபாதையில், பையைப் பிடித்தபடி நின்றிருந்தேன். பள்ளிக்காவு கோயிலில் திருவிழாவுக்கு மரக்காலில் நெல்லைக் காணிக்கையாக வைக்கும் சடங்கிற்காக யானை வந்தபோது மிதித்துவிட்ட நடைபாதையின் ஒரு பாகம் இடிந்துபோயிருந்தது. சுண்ணாம்பு பெயர்ந்து போன சுவரில் தலைசாய்த்து நின்றிருந்தது செம்பருத்திச் செடி. வயிற்றுக்கு மேலாகப் புடைவையைத் தூக்கிக் கட்டியிருந்ததில் விகாரமான அவளின் தோற்றம். பக்கத்தில் நாலு வயது மகன். அம்மாவுக்கும் அப்பாவுக்குமிடையில் நடக்கும் மௌன

பாஷை. புரியாமல் இரண்டு பேரின் முகத்தையும் மாறிமாறிப் பார்த்துக் கொண்டிருந்தேன். ஒன்றும் பேச முடியாமல் நிற்கையில், செம் பருத்தியில் மஞ்சள் சிறகுள்ள பட்டாம்பூச்சி ஒன்று. தாவுதைக் கவனிக்கிறேன். வயல்வெளிக்கு அப்பால் தொலைவில் வளைவு திரும்பும் பேருந்தின் லேசான உறுமல் பெருவெள்ளம் போல் நெருங்கி வருகிறது.

'இதைப்பாருங்க! இங்கே பணம் அனுப்புறதுக்காக பாடுபட்டு உடம்பை வீணாக்காதீங்க. நேரம் தவறாம குளிங்க, சாப்பிடுங்க. அப்புறம், வாரத்தில் ஒரு கடுதாசியாவது...'

பஸ் வந்துவிட்டது.

'அப்பா...'

அவன் என்ன சொல்லவந்தான் என்று யோசிப்பதற்குள் பேருந்து என்னையும் சுமந்து மேடு ஏறிக்கொண்டிருக்கிறது. வயலிலுள்ள நெற்பயிர் கற்றைகள் பஸ்போகும் வேகத்தில் கட்டாந்தரையின் பழுப்பு நிறத்தில் கறைந்து போகிறது. பிற்பாடு ரயிலில் அமர்ந்திருக்கையில் வானமும் பூமியும் இருண்டு போகிறது. அந்தி வெயிலில் அர்த்தமின்றி சிரிக்க யத்தனிக்கும் மலை உச்சியில் விக்கித்து வெடிக்கத்தயாராகும் வானத்தைப் பார்த்து, ரயில்வண்டி மலைப்பாதைகளைக் கடக்கின்றது. தரிசு நிலத்தில் பனைமரங்களின் மரண ஊர்வலம். சீக்கிரமாகத் தூங்கிவிட்ட கிராமங்களுக்கு மேல், நட்சத்திரங்கள் விழித்திருக்கும் நீல வானம். நட்சத்திரங்களுக்கிடையில் தெளிவாகத் தெரியும் கோள் எது? எதுவும் பார்க்கத் தோன்றாத பொழுதுகளில் பத்திரிகையில் காணும் 'நைட் ஸ்கை இன் டிசம்பர்' படிப்பது போல இந்த வானவெளி ஆராய்ச்சி. அந்தக் கோள் வியாழனல்லவா? முனனாளில் ஃபிளிக்ஸ் துணைப்பாடமாக இருந்தபோது படித்த கெப்ளரின் கோளியக்க விதிகள் எத்தனையென்று ஞாபகப்படுத்திப் பார்க்கிறேன். இரண்டா மூன்றா? இல்லை நான்கா? ரயிலில் கூட்டம் குறைகிறது. கிடைத்த இடத்தில் சௌகரியமாகப் படுத்துவிடுகிறேன். அப்படியே தூங்கிவிடுகிறேன்.

பெஞ்சில் சாய்ந்தபடி மீண்டும் தூங்கிவிடாமலிருக்க பக்கத்திலுள்ள பைப்பில் முகம் கழுவினேன். அலுமினிய சோற்றுப் பாத்திரத்தில் தண்ணீர் பிடிக்கையில் அந்நியன் பதிலளித்தான்:

'இதோ வந்திடுச்சு!'

பீங்கான் தட்டுப்போல முழங்கிய அந்தக் குரல் பரிச்சயமானது. நடமாடும் குஷ்டரோகிகளின் குழுவைச் சேர்ந்த இந்த ஆசாமி என் அலுவலகத்துக்கும் தவறாமல் வருவதுண்டு.

கூட்டம் இல்லையென்று தோன்றினாலும் வண்டி வந்து நின்றதும் பயணிகள் வந்து மொய்த்தனர். தள்ளியும் இடித்தும் எப்படியோ எதிரில் நின்ற போகியில் ஏறிக்கொண்டேன். கதவோடு சேர்ந்து நின்றேன். இல்லாத இடத்துக்காக ஏகப்பட்ட சச்சரவு. இப்படி எத்தனைமுறை கேட்டிருக்கிறேன். அதிகம் போனால் அரைமணி நேரம். அதற்குப் பிறகு சண்டை போட்டவர்களெல்லாம் உறவினர்களாகிவிடுவார்கள். பிறகு, இருக்கைகளை கூட்டுறவு முறையில் பங்குபோட்டுக் கொள்வார்கள்.

கூட்டமும் நெரிசலும் இருந்தும் குளிருக்குப் பஞ்சமில்லை. ஃபேன் களை நிறுத்த ஸ்விட்ச் இல்லாததால் அவை சுற்றிக்கொண்டே யிருந்தன. வெளிச்சம் மிகக்குறைவு. தொங்கிப் பிடித்து நின்றவர்கள் கொஞ்சநேரம் தூங்குவதுபோல் நடித்து ஆறுதலடைந்தனர். பக்கத்தில் பெரிய துணிப்பையைத் தூக்கி நின்ற நடுவயது பெரியவர் சொன்னார்:

'நான் இந்த வண்டியிலே ஏறணும்னு நெனைக்கலே. ஆனா என்ன செய்யறது? இதுதான் கெடச்சுது!'

'நானும் அப்படித்தான்!'

புதிதாகப் பரிச்சயமானவர் ஆச்சரியத்துடன் கேட்டார்: 'ஏன், அதென்ன உங்களுக்கும் இந்த வண்டின்னா பயமா?'

'என்ன பயம்?'

'சரி, இனி சொல்லி என்னாவப்போறது? போன மூணு வருஷத்தில் பத்து இடத்தில் மாட்டின வண்டி இது. நாலு மாசத்துக்கு முன்னா லேதான் கடைசியா நடந்தது. நீங்க பேப்பர்ல படிக்கலயா? நூற்றியிருபது பேர் தொலைஞ்சாங்க. அதுவும் கவர்மென்ட் கணக்குப்படி. அன்னைக்கு நான் கடைசி கம்பார்ட்மென்டிலெதான் இருந்தேன். அதனாலே தப்பிச்சேன். என் குடும்பத்தோட அதிர்ஷ்டம்!'

நான் ஒன்றும் பேசவில்லை, யானை மிதித்து இடிந்துபோன நடை பாதையின் அருகாமையில் விழுந்து சிதறும் கண்ணீர்த்துளிகளின் ஈரம் காற்றில் மிதந்து வந்தது.

'இல்லைன்னாலும் ஹுகேன் எஸ்கேப் தி ஃபேட்?' துயரக்கட்டில நீந்திக்கடந்த வீரனைப் போல அந்த நடுத்தர வயதுக்காரர் புன்னகைத் தார். மங்கலான வெளிச்சத்தில் சுருக்கம் விழுந்த அவர் நெற்றியில் வரைந்த நாமம் தெளிவாகத் தெரிந்தது. வண்டி சிறிது குலுங்கி ஆடியபோது இன்னும் கொஞ்சம் இடம் கிடைத்ததுபோலிருந்தது.

உட்காரக் கிடைத்த முதல் சந்தர்ப்பத்தைப் பயன்படுத்தி நடுத்தர வயதுக்காரர் தன் பையைக் கீழே வைத்து அதன் மேல் அமர்ந்தார். உட்காருகையில் மேலே பார்த்து என்னிடம் சொன்னார்:

'எக்ஸ்க்யூஸ் மி.'

நான் சிரித்தேன். கையில் கனமாகத் தொங்கிய பையை காலடியில் வைத்து கொஞ்சம் சௌகரியமாக நின்றேன்.

ரயில் எங்கேயோ நின்றபோது சிலர் இறங்கினர். அவர்கள் அனைவரும் தெரியாதவர்களாகவே இறங்கிச் சென்றனர். இன்னொரு முறை சந்தித்தாலும் தெரியாதவர்கள். இன்னும் சற்று இடம் கிடைத்ததும் புதியநண்பர் லேசாகச் சாய்ந்து படுக்கவும் நின்று கொண்டிருந்த சிலர் அவசரமாக உட்காரவும் செய்தனர். இந்த சந்தர்ப்பத்தையாவது பயன்படுத்தி உட்கார முயற்சிக்காதது எனக்கு முட்டாள்தனமாகப் பட்டது. தக்க சமயம் பார்த்து நான் ஏன் உட்காரவில்லை? நிற்பதிலும் பயணிப்பதிலும் ஏற்பட்ட அலுப்பிலிருந்து இந்த யோசனையெனும் வைக்கோல் துரும்பு என்னைக் காப்பாற்றுவதாக எனக்குப் பட்டது.

நான் ஏன் உட்காரவில்லை? வேறு யாராவது உட்காரட்டும் என்று தாராளமாக இருக்குமாறு உடல் ஆரோக்கியம் எனக்கு உள்ளதனாலா? சகபயணிகளின் பால் தோன்றிய கனிவினாலா? அல்லது, சந்தர்ப் பத்தைப் பயன்படுத்தும் சாமர்த்தியம் என்னிடமில்லையா? அறி வில்லையா? மற்றவர்கள் என்னைப் பயன்படுத்துவதைப் புரிந்து கொண்டு சந்தர்ப்பத்திற்கேற்ப செயல்பட முடியாததால்தானே? எங்கே கோளாறு?

'கோளாறு வேறொண்ணுமில்லே. ஒண்ணுத்துக்கும் லாயக்கில்லா தவன் நீ' - அன்று அப்பா சொன்னார். அப்பாவின் கையில் விரலளவு தடிமனான பிரம்பு நடுங்கிற்று. கிடைத்த இரண்டு அடியும் தொடையில் எரிச்சலை உண்டுபண்ணியது.

'கேசவன் உனக்கென்ன, சொந்தக்காரனா?'

அம்மா, அப்பாவின் சாட்சியாக இருப்பினும் சமாதானம் செய்தாள்.

'சரி போகட்டும். இனிமே நடக்காம பாத்துக்கிட்டா போறும். ஒண்ணு மில்லேன்னாலும் அவன் உண்மையையாவது சொன்னானே!'

நான் தலையுயர்த்தி நின்றேன். ஆமாம், உண்மையைத்தான் சொன் னேன். முற்றிலும் உண்மை. கேசவன் ஓர் அப்பாவி. என்றைக்கும் ஒரு நீலச் சட்டையைப் போட்டுக்கொண்டு க்ளாஸுக்கு வருவான். கருப்பு

நெற்றியின் மேலாக எண்ணெய் பிசுபிசுப்பற்ற முடி உலைந்தபடி இருக்கும். ஒருபோதும் சிரிக்காத முகத்தில் ஒரு வயோதிகக் களை ஒளிந்திருக்கும். அவனிடம் பாடப்புத்தகம் கிடையாது. இரண்டு வாரம் முழுவதும் புத்தகம் இல்லாதவனாக க்ளாஸில் எழுந்துநின்றான். முதல்நாள் அவனுடன் ஏராளமானவர்கள் எழுந்து நின்றிருந்தனர். நாட்கள் பல சென்றபின் ஒரு வாத்தியார் இடியோசை போல அலறினார்.

'இனியும் புஸ்தகம் கொண்டுவராத கழுதைகள் எழுந்து நில்லுங்கடா!'

எண்பது சொச்சம் கண்கள் திருடனைத் தேடுவதுபோலத் தேடவும் நிமிடங்கள் நகர்ந்தன. என்ன, யாருமில்லையா? உண்டு. பறக்கும் தலைமுடியும் நீலச்சட்டையும் இரண்டாவது பெஞ்சிலிருந்து எழுந்தது. உட்கார்ந்தவர்களின் தலைகளுக்கு மேலாக, தனியாக அனாதரவாய் நின்றான் கேசவன். அவன் தந்தை நேரியமங்கலம் காட்டில் மர கான்ட்ராக்டரின் மர லோடு இறக்குவதற்குப் போய் நாள்கள் பல ஆயின. கேசவன் யார் முகத்தையும் பார்க்காமல் தலைகுனிந்து நின்றான். கேசவனின் பரிதாப நிலைமையைப் பார்த்ததினாலோ என்னமோ, வாத்தியாரின் கோபம் கொஞ்சம் தணிந்தது.

'சரி, நீ எப்போ கொண்டு வர்றதா உத்தேசம்? இப்போதைக்கு வெளியே போயிடு. இனி, புஸ்தகத்தோட உள்ளே வந்தாபோதும்.'

கண்ணீரோடு வெளியே நடந்து போகையில் என்னை மட்டும் ஏறிட்டுப் பார்த்தான். நான் நினைத்தேன். 'இங்கே அவனுக்கு உதவ நானன்றி வேறே யார் இருக்கிறார்கள்?'

மாலையில் காதிலுள்ள ஒரு கடுக்கனைக் கழற்றி கேசவனிடம் கொடுத்த பிறகுதான் அப்பாடா என்றிருந்தது. கடுக்கனைக் கூடிய சீக்கிரம் விற்று விட்டு, புஸ்தகத்தை வாங்கிவிடவேண்டுமென்று அவனிடம் சொல்லியும் வைத்தேன். சவுக்கு மரங்களுக்கு கீழே கேசவன் கண்ணீரைத் துடைத்தான். அம்மாவோ அப்பாவோ கேட்டால் தைரியமாகச் சொல்ல வேண்டும், கடுக்கனை தொலைத்துவிட்டேன் என்று. கேசவன் வகுப்புக்குள் வந்து உட்காரட்டும் முதலில்.

அப்பாவின் முதல் கேள்விக்கு சரியான பதில் சொன்னேன். அங்கேதான் தவறு நடந்தது. பிரம்பும் விளாசியது.

'அவன் உன்னை ஏமாத்திட்டான்டா, மடையா.'

அப்பா என்னை அடித்தபோது வாய்விட்டு அழுதேன்.

தங்கை அதைக்கேட்டு சிரித்தாள்.

ரயில் மீண்டும் நின்றது. இன்னும் சிலர் இறங்கினர். ஒரு சீட்டின் முக்கால் பாகம் காலியாயிற்று. பையை எடுத்துக்கொண்டு புதிய நண்பர் எழுந்தார். காலியான சீட்டின் ஓரத்தில் மிகவும் இளைத்துப்போன ஒரு மனிதனாக, தோளில் சாய்த்துப் பிடித்திருந்த இளைஞன் பரிதாபமாகச் சிரித்தான்.

'இது என் அண்ணன், சார். உடம்புக்கு ரொம்ப முடியலே. சிகிச்சை செஞ்ச ஆஸ்பத்திரியிலெ டாக்டருங்க வீட்டுக்குக் கூட்டிப்போகச் சொல்லிட்டாங்க. நீங்க ஒத்துக்கிட்டா இங்கே படுக்க வைக்கறேன்.

யாரும் மறுக்கவில்லை. அவன் அண்ணனைப் படுக்கவைத்து, தலை மாட்டில் உட்கார்ந்தான். கால்பக்கம் எனக்குக் கொஞ்சம் இடம் கிடைத்தது.

'யூ ஆர் லக்கி.'

பையைத் தலையணையாக மாற்றிய நண்பர் சிரித்தார்.

'இனி நாம பேசலாம்' என்றார் அவர். நான் சுற்று முற்றும் பார்த்தேன். மற்ற பலரும் வேறு வழியின்றி அதே முடிவெடுத்து உரையாடத் தொடங்கினார்கள். எதிரே அமர்ந்திருந்த ஒரு இளைஞன் வெளிநாட்டுக் கதையைச் சொல்ல ஆரம்பித்தான். குவைத் லைஃப், லக்ஷரி, ஏர்கண்டிசன் முதலிய சொற்களை பரவலாக உபயோகப்படுத்தினான்.

பெரியவர் சொன்னார்: 'நான் சிவானந்த முதலியார். சித்தூரில் பிஸினஸ். திருப்பதியில் தரிசனம் செய்வதாக வேண்டுதல். அதுக்காகப் போய்க்கிட்டிருக்கேன். பைதிபை, ஆர் யு மேரீடு?'

'எனக்கு ஒரு குழந்தை இருக்கு. ரெண்டாவதும் பிறக்கப் போகுது.'

'சந்தோஷம். குடும்பவாழ்க்கைன்னா என்னங்கறது அதை அனுபவிக் கிறவனுக்குத்தான் தெரியும். பாருங்க, என் பெரிய பையனுக்கு இப்போ டாக்டரேட் கிடெச்சிருக்கு. அவன் விடாமுயற்சிக்காரன். அதேசமயம் அவனைவிட முயற்சிசெய்தவங்க பலருக்கும் PhD கெடைக்கலை அவனுக்குக் கெடச்சுது. என்ன காரணம்?'

நான் பவ்யமாக அவரைப் பார்த்தேன். சிவானந்த முதலியார் சிரித்தார்.

'லக் தான். இல்லைன்னா, தி ஆல்மைட்டீஸ் வில். இதோ பாருங்க, அவனுக்கு இப்ப வேலையும் கெடைச்சுடுத்து. சில கல்யாண ப்ரபோஸல் எல்லாம் வந்தது. அவனின் Faculty தலைவரே தன் சொந்த மகளை அவனுக்குக் கட்டி வைக்க விருப்பம்னு சொல்றார். சம்பளத்தை வெச்சே சுகமா வாழ்க்கை நடத்தி மிச்சத்தை சேமிக்க முடியற வேலையும் கெடச்சாச்சு. எக்ஸ்க்யூஸ் மி! உங்களுக்கு என்ன வேலை?'

நான், செய்யும் வேலையின் பெயரைச் சொன்னேன். அவர், நெற்றியிலுள்ள நாமத்தில் நாலு சுளிவுகள் வரச்செய்தார்.

'ஏதாவது வெளிவருமானம் உண்டா?'

'வருமானம் உண்டாக்கணும்னு கட்டாயமிருந்தா உண்டாக்கலாம்.'

'ஹா! அது இல்லைன்னா கஷ்டம்தான். நியாயமான அளவு வாங்கனாப் போதும். ப்ரப்போர்ஷனலா மட்டும் இருக்கணும்.'

நான் என் எதிரில் உட்கார்ந்தவர்களைக் கவனித்தேன். நிறம் மழுங்கிய வாயில் புடைவை கட்டிய சோகையான ஒரு பெண்மணி. நோயாளியின் மனைவி. பக்கத்தில் இளம்வயது மகள். அவளைவிடச் சின்னவர்கள் நாலுபிள்ளைகள். கடைசியில் குவைத்துக்காரன். கீழே அவருடைய கதைகளைக் கேட்டு கண்விழித்திருக்கும் மூன்று கிராமத்தார்கள். அவ்வப்போது தெரியாமல் சிந்தனையில் மூழ்கும் அவர்களின் பளப்பளப்பற்ற முகங்கள். தனிப்பட்ட இருக்கையில் தலைசாய்த்து யோசனையில் ஆழ்ந்திருக்கும் சுமுகமான இளைஞன். அவனுக்கும் அப்பால் மங்கலான ஒளியில் முகம் சரியாகத் தெரியாத மற்றவர்கள். வண்டியின் ஆட்டத்தில் நிழல் நாடகத்தின் கதாபாத்திரங்களைப் போல அவர்கள் அசைந்து கொண்டிருந்தனர்.

எல்லோருடைய மூச்சுக்காற்று காரணமாக வண்டிக்குள்ளேயிருந்த குளிர் குறைந்திருந்தது. கண்ணாடி ஜன்னலுக்கு அப்பால் உறைந்து போன இரவுகள் தன் ஆக்டபஸ் கைகளைப் பரப்பிவைத்து பூமியின் முகஅழகை மறைத்தபடி கிடந்தது.

எதிர்பார்க்காமல் வண்டி பலமாகக் குலுங்கியது. உரையாடல்கள் நின்றுவிட்டன. ஓசைகளின் மயானத்துக்குள் பழைய நினைவை ஞாபகப்படுத்த வருபவனைப் போல இரும்புச் சக்கரங்களின் சங்கீதம் உள்ளே நுழைந்து வந்தது.

'ஹ¬கேன் ப்ரடிக்ட் தி ஃபேட்?'

சிவானந்த முதலியார் என்னைப் பார்த்துச் சொன்னார். அவர் முகத்தில் சிரிப்பின் சின்ன அம்சம்கூட இல்லை. கட்டாயமாக வந்து சேரப் போகும் விபத்தினை எதிர்நோக்கும் தோரணை.

கண்ணாடி ஜன்னலின் வெளிப்படைத்தன்மையை அர்த்தமற்றதாக்கிய இருளின் மகா சமுத்திரத்திலிருந்து ரயிலின் கூவல் சத்தம் லேசாகப் பொங்கி வந்தது.

'நண்பரே! என் பிரதர் இன் லா மெட்ராஸில் வேலை பார்த்துக் கொண்டிருந்தார். ஆயிரக்கணக்கில் சம்பளம். போன சம்மர் விடு முறைக்கு குழந்தைகளின் ஸ்கூல் முடியும்போது மனைவியையும் குழந்தைகளையும் ஊரில் கொண்டுவிட்டுத் திரும்பி வந்து கொண் டிருந்தார். சென்ட்ரல் ஸ்டேஷன் வந்து பர்ஸ்ட்க்ளாஸ் பயணிகளெல் லாம் இறங்கிச் சென்ற பிறகும் அவர் தூங்கிக் கொண்டிருந்தார். டிக்கட் கலெக்டர் ஏறி வந்து உலுக்கிப் பார்த்தார். ஓர் அசைவுமில்லை. அவ்வளவுதான்!'

சிவானந்த முதலியார் வெளியே பார்த்துக்கொண்டு விருப்பு வெறுப் பற்றவர் மாதிரி சிரித்தார். வெளியே இருந்த இருள் எனக்கு எதிர்ப்பக்கம் அமர்ந்திருந்த பெண்மணியின் வெளுத்துப்போன முகத்தில் படர்ந்தது. அவள் பயந்தபடி எல்லோரையும் மாறிமாறிப் பார்த்துக் கொண்டிருந்தாள். பிறகு முகம் தனிந்தாள்.

குவைத்தில் எல்லா காருமே பவர் ட்ரைவாமென்றான் குவைத்துக் காரன். சின்னக் குழந்தையால்கூட சுலபமாக ஓட்ட முடியுமாம். சாய்ந்து படுத்தபடி சால் முட்டியால் எத்தனையோ கிலோ மீட்டர் ட்ரைவ் பண்ணியிருந்தான் என்ற தகவலையும் சொல்லிவிட்டு அவன் மிகப் பிரயாசைப்பட்டு சாய்ந்து உட்கார்ந்து கொண்டான். தூங்கும் முயற்சியில் கண்களை மூடுவதற்கு முன் என்னைப் பார்த்துச் சொன்னான்.

'என்ன செய்ய முடியும்? எனக்கு நாளைய ஃப்ளைட்டில் போயே ஆகணும். ஃபஸ்ட் க்ளாஸும் செகண்ட் க்ளாஸும் ஃபுல் ஸ்வீப்பர் கூட ஃபுல். ஒரு வழியா இதில் ஏறிவிட்டேன்.'

'எந்த க்ளாஸானாலும் வண்டி இதுதானே?'

பையைத் தலையாக்கி வைக்கையில் சிவானந்தம் சொன்னார். வெங்க டேசா வெங்கடேசா என்று இரண்டு முறை உரக்கச் சொல்லிவிட்ட பிறகு அவரின் குறட்டை ஒலி கேட்டது. பிறகு யாரும் பேசவில்லை. யாருக்கும் தெரியாத பூமியினூடே உறுதியான விதியைப் போல ரயில் பாய்ந்து சென்றது. அயர்ந்து போனவர்களுக்கு அது ஒரு தொட்டிலானது. சக்கரங்களின் முழக்கம் அவர்களுக்குத் தாலாட்டுப் பாடலாகியது. அதே ஓசை எனக்கு சுவாரஸியமற்ற ஒரே மாதிரியான தாளமாகியது. தனிமையின் கயிறு பிணைத்துப்பிணைத்து என்னை முறுக்கத் தொடங்கியது. ஒற்றை இருக்கையில் தூங்காமலிருந்த இளைஞனிடம் கேட்டேன்: 'என்ன தூக்கம் வரலியா?' அவன் சிரித்தான்.

'விடுமுறைக்குப் போறீராக்கும்?' என்றேன்.

‘ஆமா! என் தங்கச்சி கல்யாணத்துக்குப் போறேன். நான் போய்த்தான் எல்லா ஏற்பாடும் செய்யணும்.’

தூக்கம் வராததற்கு விளக்கம் சொல்வது போல அவ்வளவும் சொன்ன பிறகு அவன் யோசனையில் மூழ்கினான். என் தங்கையின் கல்யாணத் துக்கு போன போது எனக்கும் தூங்கமுடியவில்லை என்று ஞாபகம் வந்தது. முப்பது ரூபாய்க்கு ஒரு புடைவையும் மனைவி கையிலிருந்த மோதிரமும் தங்கைக்குக் கல்யாணப் பரிசாகக் கொடுக்க எடுத்து வைத்திருந்தேன். மோதிரம் போன குறையைத் தீர்க்க மனைவியின் விரலில் ஒரு கவரிங் செய்து வீடு வந்து சேர்ந்தபோது கல்யாணத்துக்கு முந்தையநாள் இரவாகிவிட்டது. வரவேற்பறையின் ஆரவாரங்களுக் கிடையில் அந்நியனைப் போல வெகுநேரம் செலவழித்தேன். சுவரில் ஒரு பெரிய ஈயின் வண்ணப்படம் தொங்கிக்கொண்டிருந்தது. ஈயின் சமூகச் செயல்பாடுகளைப் பற்றியோ என்னவோ எழுதிய ஒரு thesis-க்குத்தான் தங்கைக்கு Ph.D கிடைத்தது. வரவேற்பறையில் உட்கார்ந்து அலுத்ததும் பக்கத்து அறையின் சாய்வு நாற்காலியில் போய்ப் படுத்தேன். அவ்வப்போது யார் யாரோ விசாரிப்பது காதில் விழுந்தது.

‘அவ அண்ணன் இன்னும் வரலையா?’

‘அதோ, அந்த ரூம்லே இருக்காரு.’

உபசரிப்பு குறையவேண்டாமென்று எண்ணி சிலர் அறைக்குள்ளேயே வந்தார்கள்.

‘ரொம்ப இளைச்சுட்ட மாதிரி இருக்கு.’

‘உடம்பு சரியில்லாம இருந்தது.’

படுத்த படுக்கையாயிட்டீங்களா?’

‘படுக்கலை.’

என்ன உடம்புக்கு வந்தது என்று யாரும் விசாரிக்கவில்லை என்று ஞாபகம். கேட்டிருந்தால் ஏதாவது பதிலளிக்க வேண்டியிருந்திருக்கும். வியாதி, படுக்க முடியாத வியாதி மன சாட்சியின் அலர்ஜியையும் சதா கூட வைத்துக்கொள்ள வேண்டிய கட்டாயம் வாய்ந்த சாமானியனின் வாழ்க்கை.

ஆரவாரம் கொஞ்சம் அடங்கிய போது அம்மா உள்ளே வந்தாள். ரகசியக் குரலில் கல்யாண அன்பளிப்பு ஏதாவது கொண்டுவந்திருக் கிறேனா என்று விசாரித்தாள். நான் எழுந்து மிகப் பெருமையுடன் புடைவையையும் மோதிரத்தையும் காட்டினேன். பார்த்துவிட்டு

அம்மா எங்கோ சென்றாள். சிறிது நேரம் கழித்துத் திரும்பிவந்து ரூபாய் நோட்டுகளை ஒரு கத்தையாக என் உள்ளங்கையில் திணித்துவிட்டு, குரலை அடக்கியவாறு சொன்னாள்:

'கடையெல்லாம் இன்னும் சாத்தியிருக்கமாட்டாங்க. சீக்கிரம் போய் ஒரு காஞ்சிபுரம் பட்டாவது வாங்கிட்டுவா. நாலு பேருக்கு மத்தியிலே வெட்கக் கேடாகக் கூடாது, பாரு!'

நான் அவசரமாக வெளியே கிளம்பியபோது கதவின் மறைவில் மனைவி. அவள் கண்களில் இருண்டு வரும் மழைக்கால வானம். வெளியே இறங்கியபோது பௌர்ணமி நிலவு விரித்துப்போட்ட காஞ்சிபுரம் பட்டில் என் நிழல். இரவின் நீல முக்காடில் என் கணக்குகளின் பதிலென பளபளக்கும் பூஜ்ஜியம்.

கணக்கில் எங்கே தவறு நேர்ந்தது? போதுமளவு பணம் இருந்திருந்தால் காஷ்மீரோ பெனாரஸோ கொண்டு வந்திருக்கலாம். பணம் என் முன்வந்து எடுத்துக்கொள் என்று கெஞ்சியபோது ஏற்றுக்கொண்டிருக்கலாமே!

பணம் அன்று, கறுப்புச்சட்டையணிந்த ஒரு கருத்த மனிதனுடன் வந்தது. காலியான ஸ்டேஷனில் நானும் போர்ட்டரும் மட்டும் தான் இருந்தோம். மூன்று லைன்களுக்கப்பால் மங்கலான நிலவெளியில் குட்ஸ் ரயில் நிற்கிறது. பணம் கொண்டு வந்தவன் சொன்னான்:

'இதை வாங்கிக்கோங்க. நீங்க ஒண்ணும் செய்ய வேணாம். நாங்க லாரியை ரோட்டிலே நிறுத்தி வச்சிருக்கோம். மூட்டைகளை இந்த ப்ளாட்பாரத்திலே இறக்கி வைப்போம். அப்புறம் சுமந்து லாரியில் ஏத்துவோம். மூட்டைக்கு இருபது வச்சுத் தாரோம். என்ன?'

நான் பதில் சொல்லத் தயங்கினேன். போர்ட்டர் அவனுக்குக் கிடைக்கக் கூடிய பங்கைக் கணக்குப் போட்டிருப்பான். நூறு ரூபாய்க்கு பன்னிரண்டரை ரூபாய் வட்டி என்ற கணக்கில் அவன் வாங்கின கடனை அடைப்பதாக கனவுகூடக் கண்டிருப்பான். கருப்புச் சட்டைக்காரன் இன்னும் கொஞ்சம் நெருங்கி வந்து சொன்னான்:

'யாரும் தடுக்கப் போறதில்லை. போலீஸ்காரங்க ரெண்டுபேத்தையும் அவுங்க சொன்னபடியே கட்டிப்போட்டு வாயில் துணியைத் திணிச்சிருக்கோம். காலையில ரிப்போர்ட் குடுத்திடுங்க. பயப்படவே வேண்டாம்.'

போலீஸ்காரர்கள் ஸ்பெஷல் டுட்டியிலிருக்கிற விஷயம் அப்போது தான் எனக்குத் தெரிய வந்தது. வெகுநேரம் யோசித்த பிறகு சொன்னேன்:

‘எனக்குப் பணம் வேண்டாம்.’

அவன் பிறகு ஒரு நிமிடம்கூட அங்கே நிற்கவில்லை. போர்ட்டர் அவன் பின்னால் சென்றான். காலையில் போலீஸ்காரர்களைப் பார்த்த செய்தியை போர்ட்டர் வந்து சொல்லி ரிப்போர்ட் எழுத வைத்தான்.

கல்யாணம் முடிந்து புகுந்த வீட்டுக்குக் கிளம்புகையில் விடை பெறும்போது தங்கை கேட்டாள்.

‘ஹௌ கேன் சால்வ் யுவர் ப்ராப்ளம்ஸ்?’

அந்தக் கேள்வியின் அலைகள் மனத்தில் இன்னும் ஓய்ந்த பாடில்லை. அதற்கு நிரந்தரமாகப் பதில் தேடினேன். பதிலாக வேறு நூறு கேள்விகள்தான் கிடைத்தன.

ரயிலில் உட்கார்ந்து அலுத்துவிட்டது. இன்னும் கொஞ்சம் சௌகரிய மாக உட்காருவதற்காக அந்த நோயாளியின் காலை சற்று நகர்த்த முயன்றேன். நோயாளியின் தம்பி எழுந்து வந்து நகர்த்தினான். எப்படியோ கொஞ்சம் இடத்தை உண்டுபண்ணி அவனும் என் பக்கத்தில் அமர்ந்தான்.

‘உங்க அண்ணனை இனி வியாதி குணமாக்க எங்கே கொண்டுபோகப் போறீங்க?’ என்று கேட்டேன்.

அவன் காதில் குசுகுசுத்தான்: இனி சிகிச்சை தேவையில்லை. நீங்க பதற்றப்படக் கூடாது. அண்ணன் இறந்து போயாச்சு.’

ஜில்லென்ற பாதங்கள் என் கையை உரசின. நான் ஒன்றும் சொல்ல முடியாமல் உட்கார்ந்திருக்கையில் அவன் தொடர்ந்து கூறினான்: ‘பெரிசா ஒண்ணும் நம்பிக்கைக்கு வழியில்லைன்னு டாக்டருங்க சொல்லிட்டாங்க. இருந்தும் ஏதோ ஒரு நம்பிக்கையில் இருக்காங்க அண்ணி. விஷயத்தை இப்போ யாருகிட்டேயும் சொல்லிடாதீங்க. அண்ணியும் குழந்தைகளும் அழுது களேபரம் பண்ணிடுவாங்க. உடம்பை அடுத்த ஸ்டேஷன்லேயே இறக்க வேண்டியிருக்கும்.’

நான் யோசித்துப் பார்த்தேன். சரிதான்! இறந்த உடல் என்று தெரிந்து விட்டால், அவனைப் பயணியாக மற்றவர்கள் அங்கீகரிக்க மாட்டார்கள். அவன் பயணியல்லாமல் ஆகிவிட்டான்.

நான் மற்றவர்களையெல்லாம் மாறி மாறிப் பார்த்தேன். வண்டி எங்கேயோ நின்றது. சிவானந்த முதலியார் சட்டென்று எழுந்தார். வெளியே பார்த்தார்.

‘இன்னும் ஆகலை. அடுத்த ஸ்டாப்பில இறங்கணும். இனிமே தூங்கினா சரிப்பட்டு வராது.’

வண்டி நகர்ந்தபோது சாய்ந்து உட்கார்ந்தபடி தூங்கும் பெண்மணியை கவனித்தேன். மனம் தனையறியாமல் இடிந்து போன நடைபாதை வழியாக ஏறிச்சென்றது. என் புதிய குழந்தை எப்போது பிறக்கப் போகிறது? எந்த நேரத்தில்? எந்த நட்சத்திரத்தில்?

எந்த நட்சத்திரமானாலும் இதே பூமியில்தானே? கரிய புகையும் ஈரமும் நிறைந்த காச சுவாசம் இழுக்கும் சூழலில், கதவின் பெரிய இடுக்கின் வழியாக ஆடிக் காற்று ஊளையிடும். ஒரு ரயில்வே குவாட்டர்ஸில் திடுக்கிட்டு விழித்து அழும் குழந்தையாக நான் இன்னமும் பிறவியெடுக்க வேண்டுமா? குஷ்டரோகிகள் குழுக்களாக ஒன்று சேர்ந்த பிறகு பிரிந்து செல்லும் கருமண் நிறைந்த தெருச்சந்தியில் மங்கலாக எரியும் விளக்கின் வெளிச்சத்தில், தொடர்ந்தாற்போல் இருமி இருமி தள்ளாடி விழும் ஆதரவற்ற ஒரு க்ளாஸ் ஃபோர் ஊழியனின் பரிதாப முகத்தைப் பார்க்க இன்னமும் பிறக்க வேண்டுமா?

‘உங்க அண்ணன் என்ன வேலையாயிருந்தார்?’

‘க்ளார்க்.’

க்ளார்க் என்ற தலைப்பில் அந்த அண்ணனின் கதையை முழுமிக்க நான் என்னைத் தயார்படுத்திக் கொண்டேன். மற்றவர்களெல்லாம் நேரத்துக்குச் செய்ய வேண்டிய வேலைகளைச் செய்யாமல் தூங்கி நேரத்தைக் கழித்தபின் ஓவர்டைம் எழுதி வாங்கிச் சென்றபோது இவன் ஆபீஸ் நேரத்திலேயே கூடுதலாக வேலை செய்து முடித்திருப்பான். ஜெனரல் வீக்னஸ் என்ற சர்வசாதாரண நோய்க்கு மருந்து வாங்கியே கடனாளியாக இருப்பான். மனைவியோ வீட்டு வேலைகள் செய்யவே மூச்சு வாங்கி உட்கார்ந்திருப்பாள். குழந்தைகள் பாடப்புத்தகங்களின் மீது தலைவைத்து தூங்கிப் போயிருப்பார்கள். லஞ்சம் வாங்குவது சமூகத் துரோகம் என்று நம்பி இவன் மற்றவர்களையும் நம்பவைக்க முயன்றிருப்பான்! இவனின் கதையில் மிகப் பழைமையான இந்தக் கரு ஒன்றுதான் இருக்கும்.

யோசனைகளுக்கு இடையே ஒரு கேள்வி:

‘நீங்க திருப்பதிக்கு போயிருக்கீங்களா?’

‘இல்லை.’

‘யு ஷிட் அட் லீஸ்ட் யு வில் செட் ஸால்வேஷன் ஃப்ரம் தி பெரிலஸ் ஓஷன் ஆஃப் ஸம்ஸார இன் தி நெக்ஸ்ட் பர்த்.’

வண்டி மீண்டும் நின்றது. சிவானந்த முதலியார் பையுடன் இறங்கினார். பிறகு திரும்பி நின்று என்னிடம் சொன்னார்:

'பத்திரம்!'

வண்டி மீண்டும் அசைந்தபோது நான் பக்கத்திலுள்ள இளைஞனிடம் கேட்டேன்:

அண்ணனின் ப்ராவிடன்ட் ஃபண்டில் எவ்வளவு இருக்கும்?'

அவன் சிரித்தான்.

'இவங்களோட நிலைமையைப்பத்தி யோசிச்சுச் சொல்றீங்க, இல்லை? ப்ராவிடன்ட் ஃபண்ட் ஒண்ணுமே இல்லைன்னாலும் இவங்களை நான் காப்பாத்துவேன். அண்ணனுக்கு அந்த உறுதிமொழிய நான் ஏற்கெனவே கொடுத்திட்டேன்.'

வண்டியின் அசைவில் ஜில்லென்ற பாதங்கள் என்மீது தாளம் பிடித்தன. வெளியே ஐப்பசி இரவின் மரணப் போர்வையில் நட்சத்திரங்கள் லேசாக மின்னி எரிந்தன. உதயத்தின் முதல் கதிர்வீச்சுக்குப் பயந்து மறைந்துபோகும் ஜனன மரண பயத்தின் அனாவசிய ராத்திரி. வண்டியின் அர்த்தமற்ற விதியின் ஓலம் போன்ற கூவல் மீண்டும் முழங்கியது.

நான் சாய்ந்து உட்கார்ந்தேன். இன்னும் பயணம் முடியவில்லை. மனதில் தெரியாமல் பொங்கிய ஆவி பனிபோலாகிறது. பக்கத்தில் அண்ணனின் சடலத்தில் ஒரு கையை வைத்து நிமிர்ந்து உட்கார்ந்திருக்கும் தம்பியின் தூக்கமற்ற கண்கன் ஜொலிக்கின்றன.

தூங்க முடியவில்லை. எனினும் சௌகரியமாக உட்கார்ந்து பயணம் தொடர்கையில் நினைத்துப் பார்க்கிறேன்.

இன்னுமொரு பகலில், இன்னுமொரு இரவில் அதுவுமில்லையென்றால் ஒரு விடியலில் ஒரு அந்தி மாலையில் நான் என் குழந்தையாய் மீண்டும் பிறக்க வேண்டும். குளிர்கால மேகங்கள் அலையும் நீலவானத்துக்குக் கீழே காலத்தின் பிரவாகத்தில் எல்லா நிமிடங்களும் சுபமுகூர்த்தங்களேயாகும்.

கருடன் தொங்கல்

அவன் திடுக்கிட்டுக் கண்விழித்தான். உண்மையைச் சொல்லப் போனால் திடுக்கிடவேண்டிய விஷயம் எதுவுமில்லை. கொஞ்ச நாள் லீவு போட்டு ஊருக்கு வந்தவன் தான். விடுமுறை நாளின் சந்தோஷங் களுக்காக, தங்கையின் வீட்டுக்காரர் கட்டாயப்படுத்திக் குடிக்க வைத்த இரண்டு லார்ஜ்ஜுக்கு மேலாக, உணவும் நன்றாகச் சாப்பிட்டுப் படுத்துத் தூங்கியவன்தான். வேலை சம்பந்தமான எந்தக் கவலையு மில்லை. சரியான நேரத்துக்கு எழுந்தாக வேண்டுமென்ற கட்டாயமு மில்லை. மனைவி மிக லேசாகத்தான் எழுப்பினாள். இருந்தும் இப்படித் திடுக்கிட்டு எழக்காரணமென்ன என்று ஒரு நிமிடம் அவன் யோசனையிலாழ்ந்தான்.

‘என்ன இப்படி முழிக்கிறீங்க? நானும் குழந்தையும் தங்கச்சியும் சேர்ந்து பள்ளிக்காவு (கோயில்)லெ கும்பிடப் போறோம். நீங்க வரலையா?’

‘உடம்புக்கு என்னமோ போல இருக்கு. எங்கெப்பாத்தாலும் ஒரே குடச்சல். ஜுரம் வரப்போகுதான்னு தெரியலெ.’

மனைவி அவன் நெற்றியைத் தொட்டுப் பார்ப்பாள் என்று நியாயமாக எதிர்பார்த்தான். அது நடக்கவில்லை. அப்போது வெளியிலிருந்து யாரோ ‘ஏய் இந்திரா’, என்று கூப்பிடுவது கேட்டது. ‘ஜொரமுமில்லெ, ஒரு மண்ணுமில்லெ. நீங்க படுத்துக்கோங்க.’

இமை மூடித்திறப்பதற்குள் இந்திரா போய்விட்டாள். அவன் இன்னும் கொஞ்ச நேரம் கண்ணை மூடியபடி படுத்தான். பிறகு கண் திறந்து கைமுட்டியில் ஊன்றியபடி ஜன்னலின் சீலையை நீக்கினான். விசாலமான முற்றத்திலும் படிக்கட்டிலும் வயலிலும் எங்கும் அந்தி வெய்யில் பரந்து படர்ந்திருக்கிறது. வயல்வரப்பு வழியாக இந்திராவும்

கூடச் சென்றவர்களும் நடந்து கொண்டிருந்தார்கள். சாயங்கால வெயிலில் பளபளக்கும் காஞ்சிபுரங்கள் கண்ணிலிருந்து மறையும் வரை அவன் அப்படியே பார்த்துக் கொண்டு படுத்திருந்தான்.

எரிந்து ஓயும் பொழுதினை சோம்பலாகப் பார்த்தபடி அவன் யோசித்தான்:

நான் செத்துக்கிடக்கும்போது கூட இதுபோலவே அவள் சொல்லி விட்டுக் கிளம்பிவிடுவாளாக்கும். போய் பள்ளிக்காவு கோயில் அம்ம னிடம் முறையிடுவாள் - இன்னுமொரு ப்யூரோ கூடிய சீக்கிரம் வாங்க முடியட்டும் என்று. அதே ஸ்டுப்பிட் முகபாவத்துடன் அவள் தொடர்ந்து பிரார்த்தனை செய்வாள் - தேவி, செத்துக்கிடக்கும் கணவன் நான் திரும்பிச் செல்வதற்குள் எழுந்து உட்காரும் காட்சியைக் காண முடியட்டும் என்று...

சாயும் வெயிலின் தங்க நிறம் மங்கிற்று. ஒரு முட்டாளாக்கப் பட்டவனின் சிரிப்பைப் போல அது அவன் மனத்துக்குள் மெதுவாகப் படர்ந்தது. சமையலறையிலிருந்து வெளியே வந்த பாட்டியைப் பார்த்ததும் அவன் தலையைக் கீழே வைத்துப்படுத்தான். முற்றத்தின் உருளைக்கற்களில் சங்கிலியை இழுப்பது போலப் பாட்டியின் காலடியோசை கேட்டது. அது ஜன்னலுக்கு வெளியே வந்து நின்றது.

'ஏண்டா சசித்தம்பி, தொங்கல் திருவிழா பார்க்கப்போகலையா? யானைக்காரன் வீட்டிலேயும் இந்த வாட்டி தொங்கலுக்கு வேண்டி யிருக்காங்களாம்.'

'போகலெ.'

ஒரே வார்த்தையில் நிறுத்தினான். பிறகு ஜன்னலுக்கப்பால் சங்கிலிச் சத்தம் அகன்று சென்றது. நல்லது இல்லா விட்டால் எல்லாவற்றையும் திரும்ப ஒரு முறை ஒப்பித்திருப்பாள்.

'யானைக்காரன் பொண்ணோட குழந்தைக்கு சீக்கு வந்தப்போ அவ வேண்டினாளாம். அவ புருஷன் இருக்கானே, நாணப்பன், அவனெத் தொங்கல்லெ ஏத்தறதா வேண்டினாளாம். இல்லேன்னாலும் அந்த ஆள் எப்பொவும் தொங்கவச்ச மாதிரிதான் - சாராயத் தொங்கல்.'

பாட்டி போய்விட்டாள் என்று புரிந்து கொண்டு அவன் திரும்பவும் எழுந்தான். தலையணையில் சாய்ந்தபடி உட்கார்ந்தான்.

சூரியன் சாய்ந்துகொண்டிருந்தது, வயலையும் படிக்கட்டையும் எல்லாம் சோகத்தில் ஆழ்த்திவிட்டு எல்லா வெளிச்சத்தையும் வானம்

கைவசமாக்கிவிட்டிருந்தது வயலுக்குப் பக்கத்திலுள்ள அல்லிக்குளம் மட்டும் யாருமறியாமல் ஒரு துண்டு வெளிச்சத்தை ஒளித்து வைத்திருக்கிறது.

அவனுக்குத் தொங்கல் திருவிழா பார்க்கணும் என்று ஆசைதான். மிகவும் அருகாமையில் தொங்கல் நடக்கப்போவது யானைக்காரன் வீட்டில், அதாவது நளினியின் வீட்டில்!

சட்டென்று அவன் முடிவு செய்தான் - தொங்கலைப் பார்க்க வேண்டாம். எழுந்து பீப்பாயின் அடியில் வைத்திருந்த பாட்டிலை எடுத்தான். அதில் மிச்சமிருந்தது பூராவும் ஒரே மடக்கில் குடித்தான். மெத்தையில் காலை நீட்டிப்படுத்து கண்களை மூடினான்.

மூடின கண்களுக்குப் பின்னால் சாயங்கால வெயில் பரவியிருந்த வயலின் விசாலத்தன்மை தெரிந்தது. பிறகு படிக்கட்டு, நடைபாதை. ஆளில்லாத முற்றம். அவன் முற்றத்துக்கு இறங்கி வந்தான். சத்தம் செய்யாமல் மெதுவாகக் காலை வைத்து நடந்தான். நடைபாதை முடியுமிடத்தில் நின்றான். எங்கோ தொலைவிலிருந்து காலம் ஒரு பறவையாகப் பறந்து திரும்பி குளக்கரைக்கு வந்து சிறகுகளைச் சேர்த்து வைத்தது. அல்லிக்குளம் ஒளித்துவைத்திருந்த மாலை வெயில் துண்டு மெதுவாக விரிந்து படர்ந்தது. ஒரு நொடியில் அந்தச் சூழலெல்லாம் தங்க வெளிச்சத்தில் மூழ்கியது.

குளக்கரையில் அவன் வந்து நின்றது தெரியாமல் ஒரு அப்பாவிப் பெண் குளித்துக் கொண்டிருந்தாள். கண்ணாடி வளையல்களைக் குலுக்கியபடி அவள் தண்ணீரில் முங்கி எழுந்தாள்.

அவன் கண்களில் ஆவி பொங்கியது. போஸ்ட் க்ராஜுவேட் பரீட்சையின் ஜுரம் பரவிய மனத்துக்கு எங்கிருந்தாவது கொஞ்சம் குளிர் தேவையாயிருந்தது. எதைப் பற்றியும் யோசிக்கக்கூடிய நேரமில்லை அது. பரீட்சையைத் தவிர உலகத்தில் வேறு எந்த விஷயத்தைப் பற்றியும், ஒன்றும் யோசிக்காமல் அவன் சொன்னான்.

'நளினி, உன்னெப் பாக்கும்போது எனக்குக் குளிரா இருக்குது.'

கண்ணை இமைக்காமல் மார்புக்குக் குறுக்காகக் கைகளைப் பிணைத்து ஜில்லென்று உறைந்து போனதுபோல் அவள் நின்றாள்.

'நளினி எனக்கு உன்னெப் பிடிச்சிருக்கு.'

நளினி பிறகு குளத்தில் முங்கவில்லை. ஒரு முறை நனைத்து வைத்திருந்த பாவாடையையும் தாவணியையும் எடுத்து மீண்டும்

மீண்டும் சோப்புப் போட்டாள். மீண்டும் மீண்டும் தண்ணீரில் அலம்பினாள். ஒரு அல்லியைப் பறித்து அதில் நிறைய சிரிப்பை நிரப்பி அவனுக்குக் கொடுத்தாள்.

அவன் வயல் வரப்பு வழியாக நடந்தான். பற்றி எரிந்த மாசிமாத வெயில் தளர்ந்து அடங்கி வருகிறது. உழுதுபோட்டவயலில் மண்ணாங் கட்டிகள் இளம் வெப்பத்தில் உறங்குகின்றன. தங்கத்தூசி போலப் பறக்கும் அந்தி வெயில். காற்றில் பறங்கி மாம்பழத்தின் வாடை. களங்கமற்ற சிறு ஓடைகள், ஒரே பார்வையில் உள்ளே தெளிவாகத் தெரியும். திறந்த மனம் போல குறும்பு செய்யாத காற்று, ஏமாற்றாத மண்.

வரப்பு முடியுமிடத்தில் அவன் நின்றான். திரும்பிப் பார்த்தான். சிவன் மலையைத் தொட்டபடி நிற்கும் சிவந்த சூரியன். பார்த்துக்கொண்டிருக் கையில் ஒரு நொடியில் மறைந்துவிட்டது. மங்கலான முகம் கொண்ட கிராமத்தின் மீதாக இரவின் விடலைக் கனவுகளின் நட்சத்திரங்கள் ஐந்தாறு.

இரவு வளர்ந்து கொண்டிருந்தது. தென்னந்தோப்புக்கு மேலாக முழுநிலவு உதித்துவந்தது.

பக்கவாட்டிலும் தொலைவிலுமாக அங்கொன்றும் இங்கொன்றுமாகக் கேட்கத் தொடங்கிய மேளச் சத்தங்கள் இப்போது மிகத் தெளிவாகக் கேட்கிறது - தொலைதூரங்களிலிருந்தபடியே பெயர் சொல்லாத இதயங்கள் ரகசியத் தகவல்கள் கைமாறுவது போல.

கொஞ்சம் தயங்கி, பிறகு வரப்பிலிருந்து வாய்க்காலுக்குக் குறுக்காகத் தாவி வாழைத் தோப்புக்குள் சென்றான். இருளும் வெளிச்சமும் கலந்தபடியிருந்த வாழைகளுக்கிடையே இலைகளின் ஈரம் உடம்பில் பட்டபடி அவன் மெதுவாக முன்னேறினான். சிறிது தூரம் நடந்தபின் என்னமோ ஞாபகம் வர, நின்றான்.

வாழைத் தோப்பில் அன்றொரு நாள் ஒரு பௌர்ணமி இரவு. இலைகளில் தெறித்து விழும் நிலவொளியின் துளிகள் நளினியின் இரைப்பில் கரைந்து போகிறது. அர்த்தமும் உணர்ச்சியும் அற்றுப் போன வார்த்தைகளைக் கோர்த்து நம்பிக்கையூட்டும் சத்தியங்களை உருவாக்க வீணாக முயற்சி செய்து கொண்டிருந்தான் அவன்.

'நான் எதுவுமே வேணும்னு சொல்லலியே. எனக்கிது மட்டும் போதும். இந்த அன்பு' - வாழையிலைகளைத் தழுவிச் செல்லும் காற்றில் ஒரு மந்திரம் போல நளினியின் குரல்.

அந்த வாழை மரக் கூட்டத்துக்கு நடுவே தனியாக நிற்க அவனுக்குப் பயமாக இருந்தது. கொஞ்சம் தொலைவில் தொங்கல் திருவிழாப் பந்தலின் வெளிச்சம் தெரிந்தது. மக்கள் கூட்டத்தின் சத்தமும் கேட்டது. தனையறியாமல் அவன் கால்கள் நடந்தன.

பனம்பட்டை வேய்ந்த பந்தலில் இஸ்திரிபோட்ட வெள்ளை வேட்டி களால் விதானம் செய்திருந்தார்கள். காற்றிலாடும் குருத்தோலைகள். எரிந்துகொண்டிருக்கும் குத்துவிளக்குகள். தலைவாழையிலையில் நெல்லும் அரிசியும் தேங்காயும் பிறகு துளசித் தளிர்கள், பாக்குப் பூங்கொத்துக்கள்.

சீக்கிரமாக மாலை உணவை முடித்துவந்த சிறுபிள்ளைகள் பந்தலைச் சுற்றி வரிசையாக உட்கார்ந்திருக்கின்றனர். தொங்கலைப் பார்க்க ஆர்வமும் பயமும் நிறைந்த சின்ன முகங்கள். வாசல் மழுதும் பெண்கள். சின்னத் திண்ணையில் நரைத்த முடியும் மங்கலான கண்களும் தொங்கிப் போன மார்பகங்களும் காதுகளுமுள்ள பாட்டிகள். நாற்காலிகளிலும் பெஞ்சுகளிலும் வரிசையாக அமர்ந்திருக்கும் ஊர் முக்கியஸ்தர்கள். முண்டகம் வீட்டுப் பெரியவரின் நாட்டுப்புறத்தனமான அகம்பாவம் கொண்ட பழைய முகம், பளபளக்கும் வைரக்கல் கடுக்கன். மெதுவாக அசையும் பாளை விசிறி. எல்லோரையும் பார்த்தபடி பெரியவர் சொன்னார்:

'ஒண்ணரைக்கு கிரகணம் ஆரம்பிச்சுடும். அதுக்கு முன்னாலெ தொங்கலெத் தொடங்கி கோயில் போயி சேரணும்.'

இன்னும் நாராயணன் வந்து சேரவில்லை. நளினியின் கணவன் நாராயணன் எங்கே?

அவன் சுற்றுமுற்றும் பார்த்தான். நாராயணனை அவனுக்கு அடை யாளம் தெரியாது. இருந்தாலும் ஜொலிக்கும் முத்துக்கள் பதித்த கிரீடமும் சூடி கருடனின் அலகு போல முகத்தில் மாட்டிக்கொண்டு சிவப்பு, நீலம், மஞ்சள் வண்ணக் காகிதங்கள் ஒட்டிய உடையையும் அணிந்து, நளினிக்காக, நளினியின் குழந்தைக்காக நாராயணன் தொங்கலில் ஆடுவதைப் பார்க்க அவனுக்கு ஆவலாக இருந்தது.

யாரும் அவனைக் கவனிக்கவில்லை. நல்லவேளை திடீரென்று வாழைத்தோப்புக்கு அருகில் யாரோ நிற்பதுபோல் தோன்றியது. மக்கள் கூட்டத்திலிருந்து விலகி நின்று அந்தப்பக்கம் பார்த்தான்.

நளினி!

நளினி நிற்குமிடத்தில் வெளிச்சம் கம்மியாக இருந்தது. இருந்தும் அவனுக்கு அவளை நன்றாகப் பார்க்க முடிந்தது. எந்தவித மாற்றமு மில்லை. பழைய நளினியேதான்.

வாழைத்தோப்பிலிருந்து அன்று விடைபெற்ற பிறகு இந்த முகம் மனதில் எழுந்து வந்த சந்தர்ப்பங்களை ஞாபகப்படுத்திக் கொண்டான். அவனின் திருமணநாள். வரவேற்பறையில் நண்பர்களுடன் சிரித்து மகிழும் நேரம். திறந்து கிடந்த கதவின் முன்னால் ஒரு மின்னல் போல நளினி வந்து நின்றாள். அவனின் சிரிப்பு அரை நிமிடநேரம் தொடர்பு விட்டுப் போனதை யாரும் கவனிக்கவில்லை. பிற்பாடு பார்த்தபோது நளினி போய்விட்டாள். ஆண்டுகள் பல சென்றபின் ஒரு முறை பட்டணத்து வீட்டுக்குப் போஸ்ட்மேன் கொண்டுவந்த கடிதங்களுக் கிடையில் ஒரு கல்யாண அழைப்பிதழுமிருந்தது. பழையபாணி வாக்கியங்களால் அமைக்கப்பட்ட அழைப்பிதழ். அதையெடுத்துப் படித்து விட்டு மனைவி இந்திரா கேட்டாள்.

'யாரிது, இந்த நளினி?'

'அந்த யானைக்காரன் பொண்ணு.'

'ஒரு க்ரீட்டிங்க்ஸ் அனுப்ப வேண்டாமா?'

'தேதி ஞாபகமிருந்தா தந்தியடிச்சுடலாம்.'

பிறகு தேதியும் மறந்து போயிற்று. அழைப்பிதழையும் காணவில்லை.

மங்கலான வெளிச்சத்தில் நின்று கொண்டிருந்த நளினியைப் பார்த்துக் கொண்டிருக்கையில் அவனுக்கு இதெல்லாம் ஞாபகம் வந்தது. வாழைக் கூட்டத்துக்கருகில் நின்று கொண்டு நளினி கையை ஆட்டிக் கூப்பிடுகிறாள்.

அவன் ஒரு கணம் தயங்கினான். போகலாமோ? என்ன ஒரு அறிவு கெட்டத்தனம் இவள் காட்டுவது? பழைய விஷயங்களெல்லாம் நாலு பேருக்குத் தெரியும் முன்னர் ஊரைவிட்டுப் போகமுடிந்தது. இனி இப்போது - நளினி பதற்றத்துடன் சுற்றிலும் நோட்டமிட்டபடி கூப்பிட்டாள். அவனால் தன்னைக் கட்டுப்படுத்த முடியவில்லை. நேராக அவளிடம் சென்றான்.

'நான் உங்களுக்காகக் காத்துக்கிட்டிருந்தேன். பையனுக்கு வியாதி வந்தப்போ வேண்டிக்கிட்டதுதான். இது இப்பொ நடத்தலேன்னா குழந்தையோட உயிருக்கே ஆபத்து.'

பெருமூச்சைக் கட்டுப்படுத்தியவாறு நளினி சொன்னாள்.

அவளின் உஷ்ணமான சுவாசக்காற்றை நெஞ்சில் வாங்கிக் கொண்டு நிலவொளி சிந்தும் வாழைத் தோப்பைப் பார்த்தவாறு திகைத்து நின்றான்.

'மகனுக்கு சசாங்கன்னு பேர் வச்சேன். மனசாலெ அவனுக்கு அப்பா வேற யாரு? இதெப் பாருங்க, எந்தத் தடங்கலும் சொல்லப்படாது. நாணு அண்ணாச்சி (வீட்டுக்காரர்) படுத்தபடுக்கையா இருக்காரு. பையனுக்காக இன்னைக்கு தொங்கல் ஏத்துக்க வேண்டியது நீங்கதான், சசி'

அவன் திகைத்துப் போய் ஒன்றும் புரியாமல் அவள் சொல்வதைக் கேட்டுக் கொண்டிருந்தான். நளினி அவன் நெற்றியில் ஒரு முறை முத்தமிட்டாள். பிறகு அவன் கையைப் பிடித்து அவள் நடத்தியதும் அனுசரணையுடன் அவன் பின்தொடர்ந்தான். கிணற்றடியில் அவனை நிற்கவைத்துத் தண்ணீர் சேந்தினாள். ஒரு குடம் தண்ணீரை அவன் தலையில் ஊற்றினாள். அவன் சட்டையைக் கழற்றினாள். லேசான காற்றில் அவன் குளிரால் நடுங்கினான். நளினி ஒரு புதிய வேட்டியைக் கொண்டு வந்தாள். அவனுக்கு அதை உடுத்திவிட்டு வரிந்து கட்டச் செய்தாள். பிறகு மெதுவாக நடத்திச் சென்று அவனைப் பந்தலில் கொண்டு வந்து நிறுத்தினாள்.

கேஸ் லைட்டும் தீப்பந்தங்களும் பொழிந்த வெளிச்சத்தில் அவன் கண்கள் கூசின. அங்கு திரண்டிருந்த மக்கள் கூட்டத்தைப் பிளந்து எல்லா சக்தியையும் சேர்த்து அங்கிருந்து தப்பி ஓடவேண்டுமென்று விரும்பினான். ஆனால், கால்கள் அசைய மறுத்தன.

வரிசையாக நின்ற மேளக்காரர்களின் விரைத்து நிற்கும் தசைகளைப் பார்த்தபடி நின்றான். மெதுவாக அசைந்து கொண்டிருந்த மேளக் கோல்களின் வேகம் கூடி வந்தது. பறைகளின் தோலின் மேலிருந்து வைசாலி நிலவொளியை நோக்கித் தெறித்து விழுந்த தாளத் துகள்கள் அவன் நரம்புகளைச் சூடேற்றியது.

முத்துக்கள் பதித்த வைரக்கிரீடம் யாரோ அவன் தலையில் வைத்துக் கட்டினார்கள். பிறகு எல்லாமே சட்டென்று நடந்துவிட்டது. கைகளில் வண்ணக்காகிதங்கள் பதித்த இறக்கைகளைச் சேர்த்துக் கட்டினார்கள். கால்களில் தாமிரக்களிம்பு படர்ந்த சலங்கைகள்.

வராந்தாவிலிருந்த பெண்கள் அர்த்தம் பொதிந்த சிரிப்புகளைப் பரிமாறிக்கொண்டனர். சிலர் அவனைப் பரிதாபமாகப் பார்த்தார்கள். சில இளம் பெண்கள் ஆச்சரியத்தில் மூக்கின்மேல் விரல் வைத்தனர்.

நளினி குழந்தையையும் தூக்கிக் கொண்டு முன்னால் நின்றாள்.

தக தக தக தக திரு கிருதம் திரு கிருதம்!

சலங்கையும் ஒலித்தது.

தாளத்துக்கேற்ப அவன் கால்களும் அசையத் தொடங்கியது. சிறகுகளை அவ்வப்போது உயர்த்தி, இறக்கியபடி குனிந்தும் நிமிர்ந்தும் அவன் நடனமாடத் தொடங்கினான். தாளத்தின் வேகம் கூடியதும் அவன் காலசைவும் வேகமானது.

'களப்புரை வீட்டு சசி, ஆளு நம்ம நினைச்ச மாதிரி இல்லெ!'

யாரோ கிசுகிசுப்பது மேளச்சத்தத்துக்குக்கிடையிலும் அவனுக்குக் கேட்டது. முண்டகத்துப் பெரியவர் உரக்கக் கூவினார்:

'கிரகணம் ஒண்ணரைக்கு! தொங்கல் ஆரம்பிச்சுடலாம்!'

சுற்றிக் கொண்டிருந்த கருடனின் முன்னால் நாணயங்கள் வந்து விழுந்தன. கருடன் தன் அலகால் எல்லாவற்றையும் கொத்தி எடுத்தான். கருடனின் பாத அசைவில் மண் தூசி கிளம்பியது.

வீட்டைச் சுற்றி பிரதக்ஷணம் பண்ணுங்க, 'நளினி பதுங்கிய குரலில் சொன்னாள். அவன் பிரதக்ஷிணமாக நடந்தான். யார் யாரோ தேங்காயை உடைத்து அந்தத் தண்ணீரால் கால் கழுவ வைத்தார்கள். சிறிதாக நறுக்கிய குருத்தோலைகளின் துண்டுகள் சாரல் மழைபோல அவன் தலையில் வந்து விழுந்து கொண்டிருந்தது. கருடன் நளினியையும் குழந்தையையும் ஆசிர்வாதம் செய்தது. தீப்பந்தங்கள் உடன் வர, தொங்கல்காரனும் பரிவாரமும் வீட்டைவிட்டு இறங்கினர். நிலவொளியில் கொழுந்துவிட்டெரியும் தீயின் வெளிச்சம். குலவைச் சத்தம்.

கோயிலுக்கு வந்து சேர்ந்தார்கள். தேவியின் சந்நிதானத்துக்கு முன்னாலுள்ள கல் விளக்கின் திரிகள் எரிந்து காற்றில் அசைந்தன. பக்தர் கூட்டம் ஆரவாரம் செய்தது. இந்திராவும் தன் பெண்ணும் தங்கையும் முன்வரிசையில் இருப்பதை அவன் கவனித்தான். கோயில் சந்நிதான முற்றத்தில் நளினியின் மேற்பார்வையில் பெரியவர்கள் அவன் முதுகில் இரும்புக் கொக்கிகளைக் குத்தி நுழைத்தனர். இருபதடி உயர வாகனத்தில் முதலில் ஏறுபவன் என்ற மரியாதை அவனுக்குக் கிடைத்தது. வாளும் கேடயமும் கையில் பிடித்தவாறு முதுகிலுள்ள கொக்கிகளில் தொங்கியபடி அவன் வாயுவில் உயர்ந்து சென்றான்

பந்தங்களில் தீப்பிழம்பு ஜொலித்தது. மேளச்சத்தத்துக்கேற்ப துடிக்கின்ற விண்மீன்களின் பக்கம் உயர்ந்து செல்கிறோம் என்று தோன்றியது அவனுக்கு. தொங்கியபடி நளினிக்காக அவன் வாளை வீசி கேடயத்தை உயர்த்தி விளையாட ஆரம்பித்தான். தீப்பந்தங்களும் கல்விளக்கின் திரிகளும் மற்று வேஷக் காரர்களும் மக்கள் திரளும் எல்லாமே சிறிதாகி வருவதைப் பார்த்தான் அவன். திடீரென்று ஒரு

விஷயத்தைக் கவனித்தான். தன் மகள் அழ ஆரம்பித்திருக்கிறாள். பாவம் இதையெல்லாம் பார்த்து பயந்திருப்பாள். இந்திரா அவளையும் கூட்டித் திரும்பிச் செல்லத் தயாரானாள். அவன் தன் கருடனின் அலகுகளை விரித்து அலறினான். கூடவே பக்தர் கூட்டமும் ஆர்ப்பரித்தது.

முதுகிலுள்ள கொக்கிகள் குத்தியிழுக்கும் வலியில் அவன் எல்லா கோபதாபங்களையும் மறந்தான். இந்திராவைக் கூட நேசித்தான். அதிசயமாய் பார்க்கின்றவர்களின் முகங்களிலெல்லாம் அன்பின் பிரகாசம் துடிப்பது போல் உணர்ந்தான். நளினியின் முகத்தைப் பார்க்க ஏங்கி அவனின் ரத்தம் கசியும் கண்கள் அவளைத் தேடின. ஆனால் நளினியை அங்கு எங்கும் காணவில்லை.

பிற்பாடு மின்னல் வெட்டுவதுபோல உடலெங்கும் வாட்டிய வலியின் ஒரு நொடியில் மெய்சிலிர்க்க அவன் பார்த்தான் - கர்ப்பக் கிரகத்தில் பளபளக்கும் பஞ்சலோக சிலையாய் நளினி அமர்ந்திருக்கிறாள். அனல் தெறிக்கும் கண்களை அவன் மேல் தைத்தபடி. அந்தப் பார்வையின் கடுமையான வெப்பத்தில் ஒரு முறை துடித்தான். அதற்குள் முதுகில் இழுத்துக்கொண்ட கொக்கி அவனைக் காப்பாற்றியது. அந்தக் கொக்கியிலிருந்து உயிர்பெற்று பச்சை சதை வழியாக உடலெங்கும் ஒரு கட்டளை போன்ற தகவல் படர்ந்து செல்வதுபோல உணர்ந்தான். அந்தத் தகவலின் குளுமையான கிறக்கத்தில் அவனால் முடிந்தளவு வேகமாக வாளை வீசி நளினிக்கும் தனக்குமிடையிலுள்ள ஆகாயத்தை ஆவேசமாக வெட்டித்தள்ளத் தொடங்கினான்.

நிழல் யுத்தம்

கடைசி ரயிலும் போய்விட்டிருந்தது. அதன் சீழ்க்கைச் சத்தம் ஜில்லென்ற வாயுவில் ஒரு சாட்டை ஒலிபோலப் பாய்ந்து சென்றது. நட்சத்திரங்கள் நிறைந்த வானத்தைப் பார்த்து கருத்த புகை எழும்பியது. அது பைத்தியம் பிடித்து அலைந்து, ரம்மியமான இரவின் முகத்தில் கரியைப் பூசியது.

அவனது கம்பளக்கோட்டின் பட்டன்கள் மெர்க்குரி வெளிச்சத்தில் பளபளத்தன. அவனுக்குப் பின்னால் அவனுடைய பலப்பல நிழல்கள் நீளமாகக் கிடந்தன. அவை மங்கலாகப் பின்னியும் பிணைந்தும் இருந்தன. கொஞ்சம் தொலைவில் எலுமிச்ச மூட்டைகள் அடுக்கி வைத்த இடத்தில் வியாபாரிகள் உட்கார்ந்து ஏதேதோ கணக்குப் போட்டார்கள். அவ்வப்போது அவனைக் கோபத்தோடு பார்த்தார்கள். கம்பிவேலிக்கு வெளியே குஷ்டரோகிகளான நாடோடிகள் குழுமியிருந்து சபித்தார்கள். ப்ளாட்பாரத்திலிருந்து அந்தக்கும்பலை விரட்டியதின் பேரிலுள்ள எரிச்சல் அவர்களுக்கு.

ப்ளாட்பாரத்தின் தாழ்வாரத்துக்கு வந்து நின்று பனித்துளிகள் சிந்துவதைப் பார்த்துக்கொண்டு நின்றன. பிறகு ஸ்டேஷன் கட்டடத்துக்குள்ளே சென்றன. நிழல்களின் கூட்டம் ஒரு பக்கமாக ஒதுங்கி அவனைப் பின் தொடர்ந்து வந்தது.

முதலில் கண்ணில் பட்டது சுவற்றிலிருந்த பழைய கடிகாரம். அது உருவான காலத்தில் எழுதி வைத்திருந்த லண்டன் கம்பெனியின் பெயர் மங்கலாகி மறையத் தொடங்கியிருந்தது. இருந்தும் இந்தப் புதிய காலத்திலும் தவறாமல் நேரத்தைக் காட்ட அதனால் முடிகிறது. நரைவிழுந்த ஒரு யதார்த்தவாதியின் முகம் போலிருந்தது அது. சத்திய

தர்மங்களின் பழதாகிப்போன சுருள்கள் உள்ளே முடுக்கிவைத்து நீக்குபோக்கில்லாமல் நேரம் தவறாமையை நிலைநாட்டுகிறது. அந்த ரயிலும் சரியான நேரத்துக்குப் போய்விட்டது என்பதில் இந்தக் கடிகாரமும் சந்தோஷம் கொள்ளும். ஐந்து நிமிடம்கூட அதிகமாக அந்த ரயிலை இங்கே நிறுத்திவைக்க முயன்றதில்லை. ஆனால் அதற்கான வற்புறுத்தல், தேவைக்கு மேலேயே இருந்தது.

'மாஸ்டர் சார், இது அழுகிப்போற பொருள். இந்த வண்டிலெ இது போகலலேன்னா வியாபாரம் கெட்டுப்போகும். வெறும் அரை நிமிஷம், சார். யாரும் உங்க தலைய வெட்டிட மாட்டாங்க.' ஹெவி பார்சல் லோடிங் அல்லது பேசஞ்சர் ரஷ் என்று ஏதாவது விளக்கம் நான் கொடுத்திருக்க முடியும். சரி வேண்டாம் போகட்டும்.

நேரம் இருபத்தொரு மணியை நெருங்குகிறது. டூட்டியில் அடுத்த ஆள் வரநேரமாயிற்று. சுவர்க் கடிகாரத்தின் மங்கலான முகத்திலிருந்து இழுத்துக் கொண்ட பார்வை, மீண்டும் அறையின் மூலைக்குச் சென்றது. அவள் அங்கேயேதான் நிற்கிறாள். குனிந்த முகத்தைக் கொஞ்சம் உயர்த்தியிருக்கிறாள். சிவந்த கன்னத்தில் வெளிச்சம் விழுகிறது.

'உம், என்ன முடிவு பண்ணியிருக்கே?'

அவள், முகத்தைப் பூரணமாக உயர்த்தி அவனைப் பார்த்தாள். இப்போது கண்ணில் சோகமில்லை. சின்னதாக ஒரு பிரகாசம். ஏதாவது ஒரு முடிவை எடுத்திருப்பாள்போலும்.

டிக்கெட்டில்லாமல் வந்து இறங்கி பிடிப்பட்ட முகபாவம் இவளுக் கில்லை. இப்படிப் பிடிக்கப்படுவதற்காகவே இந்த ஜென்மமெடுத்தாள் என்பதுபோல நின்றாள் அவள். பிடித்துக்கொண்டு வந்த போர்ட்டர், கதவுக்கு வெளியே நின்றிருந்தான்.

அவள் கண்ணை ஒரு முறை பார்த்தான். சுகமல்லாத உணர்ச்சி ஒன்று அவனை ஆட்கொண்டது. எதிர்பாராத உயரத்திலிருந்து ஓர் அருவி கொட்டிவந்து அவள் மனத்தை நிறைத்தது. நெஞ்சில் பெரும் பாரம் வந்தது போலிருந்தது. வெளியேயுள்ள இருட்டில் பதுங்கிக் கிடக்கும் குளிரைப் பற்றியும் எஃபிட்ரின் மாத்திரைகளைப் பற்றியும் யோசித்துப் பார்க்க ஆசைப்பட்டான். எங்கிருந்தோ வந்து, போகாமல் நிற்கும் இந்தப் பெண்ணைப்போல, ஒரு நாள் அந்தக்குளிர் தன் மூச்சுக் குழாயை வந்தடையும். எல்லாமாகச் சேர்ந்து தன்னைப் பீடிக்கும்.

கவனத்தை வேறுவழியில் செலுத்துவதற்காக ஒருமுறை வெளியே பார்த்தான். குவித்து வைக்கப்பட்டிருந்த எலுமிச்ச மூட்டைகள்

தெரிந்தது. ஐந்து நிமிடத்துக்குள் எத்தனை மூட்டைகளை ஏற்றியிருப் பார்கள்? மூட்டைத் தூக்குபவர்கள் பத்துப் பன்னிரண்டு பேர் இருந்தனர். எப்படி இருந்தாலும் கூடுதலாக ஒரு ஐம்பது மூட்டை யாவது ஏற்றியிருப்பார்கள். ஒரு மூட்டைக்கு முக்கால் ரூபாய். முப்பத் தேழு ரூபாய். தன் மகன் கேட்டுக் கொண்டிருந்த மூன்று சக்கர சைக்கிளை வாங்கிக் கொடுத்திருக்கலாம். பாழாக்கிவிட்ட சந்தர்ப்பம். இப்படி எத்தனை சந்தர்ப்பங்கள் பாழாக்கப்பட்டிருக்கிறது. நிரந்தரமான இந்தப் பாழாக்குதல்கள் தந்த சுயவெறுப்புதான் மிச்சம்.

அவன் அவளை எரிச்சலுடன் பார்த்தான். அவனின் மாறிமாறிவரும் முகபாவங்களைக் கவனித்துக் கொண்டிருந்த அவள் லேசாகச் சிரிக்க முயன்றாள்.

ப்ளாட்பாரத்தின் மூலையில் இவளைச் சுற்றி வட்டம் போடும் சிலர் நிற்பதை ஏதேச்சையாகப் பார்த்திருந்தான். இல்லாவிடின் ஒரு நொடியில் அவளைக் காணாமல் போக வைத்திருப்பார்கள். அவளைக் கூட்டி வருகையில் அந்த ஆள்சொல்லியிருப்பான். 'ஏய் பெண்ணே, இந்த மாஸ்டர் வெறும் சாதாரண பூனை. ஆஸ்த்மா வியாதிக்காரன். சும்மா மிரட்டுவான், அப்புறம் விட்டுவிடுவான் அப்போ நீ என்னை ஞாபகம் வெச்சுக்கோ.'

வெளியிலிருந்து கடுமையான குளிர்காற்று உள்ளே வந்தது. சுழலாமல் இருந்த ஃபேனின் இதழ்களை லேசாகச் சுழல வைத்தது. மேஜை மீதிருந்த காகிதங்கள் விடுபட்டு ஓட முயன்றன. ஒரு இரும்புத் துண்டை எடுத்து காகிதங்களின் மீது வைத்துவிட்டு பெருமூச்சுவிட்டான். பனிக்காலத்தில் வருகை, தொண்டையில் தடைபட்டு நின்றது. அங்கிருந்து குளிர் மெதுவாகக் கீழே ஊர்ந்து இறங்கியது. உள்ளே ஊதிப் பெருகத் தொடங்கியது. மூச்சுக்குக் கனம் ஏறி வந்தது. கஷ்டப்பட்டு விசும்பிக்கொண்டு கொஞ்சம் குளிர்ந்த வாயு உள்ளே நுழைந்தது. அவன் இன்னொருமுறை அவள் முகத்தைப் பார்த்தான். கறுப்புக் கம்பளக் கோட்டின் பையிலிருந்து ஒருசிறிய ப்ளாஸ்டிக் டப்பாவை வெளியே எடுத்துத் திறந்தான். இதில் இனி இரண்டே மாத்திரைகள் தான் இருக்கின்றன. இனிமேல் இந்த இரவு நேரத்தில் கிடைக்கவும் வழியில்லை.

ஒரு மாத்திரையை விழுங்கினான். அது வயிற்றைச் சென்றடைந்து கரைந்தது. பிறகு இரத்தக்குழாய்களில் நுழைந்து சென்றது. இரத்தம் உயிர்த்தெழுந்தது. மீண்டும் அதிவேகமாக இரத்தத்தில் பாய்ந்து உடலெங்கும் லேசான வெப்பம் கண்டது. அவன் அநாயாசமாக மூச்சு விட்டான். முகத்துக்குப் பாய்ந்து வந்த ரத்தம், அவன் முகத்திலிருந்த

களைப்பையெல்லாம் அகற்றியது. தொண்டைக்குக் கீழே எல்லாம் சுருங்கிவிட்டது. பனிக்காற்று இப்போது இனி ஒரு பிரச்னையில்லை.

இனிமேல் நேரம் அதிகம் கைவசமில்லை. எரிச்சலுடன் சுற்றுமுற்றும் பார்த்தான். பழைய கடிகாரத்தைப் பார்க்க வெறுப்பாக இருந்தது. கடிகாரத்திடம் மட்டுமல்ல. எல்லா பழைய விஷயங்களிடமும் வெறுப்பாக இருந்தது. மீண்டும் பழைய கேள்வியைக் கேட்டான் - 'என்ன முடிவு செய்திருக்கே?'

'என் கையில் பணமில்லை, சார். தயவுசெய்து உதவி பண்ணுங்க.'

இவள் குரல் உணர்ச்சியற்றதாக இருக்கிறது. இவள் கைதேர்ந்த திருடி சும்மா விடக்கூடாது.

அந்த அறைக்குள் இன்னொருவரும் வந்து சேர்ந்தார். கொஞ்சமாக நரைவிழுந்த டிக்கெட் கலெக்டர். வெற்றிலைப் பாக்கு போட்டு சிவந்த வாயுடன் சிரித்தபடி அவர் சொன்னார்:

'லீவ் இட் டு மி.'

அவள் அவரை முறைத்துப் பார்த்தாள்.

டிக்கெட் கலெக்டர் தொண்டையைக் கனைத்தபடி சொன்னார்: 'இஃப் யு ஆர் நாட் இன்ட்ரஸ்டட்.'

'ஐ வில் டீல்' என்று உறுதியான பதில் கொடுத்தான் முகத்திலறைந் தாற்போல், பிறகு யாரும் பேசவில்லை. போர்ட்டரின் கொம்பு மீசையும் அங்கு காணவில்லை.

ட்யூட்டிக்கு மாற்றலாகி வந்த ஆளிடம் அவன் பொறுப்பை ஒப் படைத்து வெளியே இறங்கி வந்தான். ப்ளாட்பாரத்தில் பனிவிழுந்து கொண்டிருந்தது. ஈரமான வெளிச்சத்தில் சுவரோடு சாய்ந்து ஒரு குழந்தை படுத்துக் கொண்டிருந்தது. அவன் ஒரு நிமிடம் அதைக் கவனித்தான். ஒரு பழைய கிழிந்த துணியில் குழந்தையின் நெஞ்சும் வயிறும் மறைந்திருக்கிறது. இந்தக் கடுமையான குளிரில் எதுவுமறி யாது தூங்கும் குழந்தையிடம் முதலில் அவனுக்குப் பொறாமையாக இருந்தது. பிறகு துயரத்தோடு யோசித்தான் - இந்தக் குழந்தைக்குத் தன் மகனின் வயதிருக்கும். உன்னிப்பாகக் கூர்ந்து நோக்கினான். செம்பட்டையாய் சிதறிக்கிடக்கும் இந்தச் சிகையை எண்ணெய் தடவி கறுப்பாக்க வேண்டும். சாய்வாக அழகாக வகிடெடுத்து சீவ வேண்டும். முகம் கழுவி பௌடர் பூசவேண்டும். தவிட்டு நிறத்தில் ஒரு பேபி சூட் இவனுக்கு அணிவிக்க வேண்டும். காலில் வெள்ளை சாக்ஸும் பழுப்பு நிற ஷூஸும்.

ப்ளாட்பாரத்து தூசியில் சுவரோடு சாய்ந்து என் மகன் படுத்துத் தூங்குகிறான், அவன் எரிச்சலுடன் யோசித்தான். நான் பார்சல்காரரின் பச்சை நோட்டைப் பார்த்ததும் மதிமயங்கும் ஆளல்ல. ப்ளாட்பாரத்தின் கோடியில் விளக்குக் கம்பத்தின் கீழே நிற்கும் அழகியை அந்தத் தாம்பூலம் போட்ட உதவாக்கரைக்கு ஒப்படைக்கப் போவதில்லை. இது ஏதோ ஒரு நாடோடியின் குழந்தை. 'உம், நீ படுத்துத்தூங்குடா. நீ ஏதோ ஒரு தெருவில் பெண்ணுக்கு நடந்துவிட்ட அழகான ஒரு தவறு.'

மீண்டும் ப்ளாட்பாரத்திலுள்ள மரங்கள் பனிக்காற்றை ஊதிவிட்டன. அவன் அவசரமாக நடந்தான். சிகப்பு உருளைக் கற்கள் பரப்பிய பாதையில் நடக்கவே அவள் அவனைப் பின் தொடர்ந்தாள்.

குவார்ட்டர்ஸுக்கு வந்தான். அறைக்குள் அவளைப் படுக்கச் சொன்னான். அவன் வெளியே உள்ள போர்ட்டிக்கோவில் மெத்தையை விரித்துப் போட்டான்.

போட்டிக்கோவின் இரும்புக்கம்பிகளுக்கிடையிலாகக் குளிர் உள்ளே மிதந்து வந்தது. மீண்டும் மீண்டும், முகத்திலிருந்த போர்வையை நீக்கிய போது, அறையின் திறந்த ஜன்னல் வழியாக வெளிச்சம் தெரிந்தது.

அவன் எழுந்து உட்கார்ந்தான். மூடிவைத்திருந்த ஜன்னலை அவள் திறந்திருக்கிறாள். அதுவும் போதாதென்று உள்ளே லைட்டையும் போட்டுவிட்டிருக்கிறாள். கட்டிலில் ஏனோதானோ என்று படுத்துக் கண்ணை மூடுகிறாள். புரண்டு புரண்டு படுக்கிறாள். கடைசியில் எழுந்து வருகிறாள்.

நழுவிய புடைவையை எடுத்து சரிசெய்து அவள் ரகசியம் சொல்வது போலக் கேட்டாள் - 'பயங்கரக் குளிர் இல்லை?'

அவன் சிரித்தான். என்ன ஒரு விசாரிப்பு. அதுவும் குனிந்து, கன்னங்களை ஜன்னல்கம்பிகளில் அழுத்தியபடி, மீண்டும் புடைவை நழுவி விழும் விதத்தில்.

பதிலேதும் அவன் சொல்லவில்லையெனினும் அவள் அடுத்த கேள்வியைக் கேட்டாள் - 'என்ன, தூக்கம் வரலையா?'

அவன் மிக அசிரத்தையாது பதிலளித்தான்: 'தூக்கம் வந்தது.'

அவள் திரும்பி நடந்துபோய் கட்டிலில் உட்கார்ந்தாள். ஒரு தலையணையை எடுத்து மடியில் வைத்தாள்.

அவனுக்குச் சிரிப்பு வந்தது. இதையெல்லாம் எவ்வளவு பார்த்தாயிற்று? முதன் முதலில் உன்னைப் பார்த்ததை நான் மறக்கவில்லை.

குன்றின் மேலுள்ள அரசுப் பள்ளியில் படிக்கும் காலத்தில் நானும் நீயும் சின்ன பிள்ளைகள். நாலு மணிக்கு ஸ்கூல் விட்டு எல்லோரும் வீட்டுக்கு ஓடும்போது நீ மட்டும் பக்கத்துச் சத்திரத்தின் மதிலுக்கருகே அந்தி மல்லி மலர்கள் விரிவதை ரசித்துப் பார்த்து நின்றாய். நான் தனியே வந்துவிட்டேன். நீ அந்தி மல்லிப் பூக்களைப் பறித்துத் குவித்தாய். கண்களிலும் உதடுகளிலும் பூக்கள் விரிந்தன. பளபளக்கும் ஜாக்கெட்டில் இளவெயில் ஒட்டிக்கொண்டது. பார்த்துப் பார்த்தே நீ என்னை மூச்சுத் திணற வைத்தாய்.

கடைசியில் நான் ஒரு பூ ஸ்லைடு வாங்கி உன் புத்தகத்தில் ஒளித்து வைத்தேன். அது யாருடையது என்று தெரியாததுபோல கேசவன் வாத்தியாரின் கையில் கொடுத்தாய். அவர் தரையில் சாக்பீஸால் ஒரு வட்டம் வரைந்தார். அதற்குள்ளே வந்து நிற்கச் சொன்னபோது, நான் மறுத்தேன். பிரம்பால் விளாசினார். நான் தப்பித்து ஓடினேன். அதன் பிறகு சாக்குவளையமென்ன இரும்பு வளையத்துக்குக்கூட நான் பயப் பட்டதில்லை. உன்னை வேறுயாரும் வட்டத்துக்குள் ஆக்கிவிடாமல் இருக்கத்தான் நான் இந்த வேலையைச் செய்தேன். நீ படுத்துத் தூங்கு.

அவன் வெளியே பார்த்தான். இருட்டில் கண்ணுக்குத் தெரியாத தூக்குக் கயிறுகளில் தொங்கி வெளுத்துப்போன வெளிச்சங்கள். அவைகளின் கடைசி மூச்சை ஏற்றுக்கொண்டு அசையும் மரக்கிளைகள்.

எதுவும் ஞாபகத்துக்குக் கொண்டுவர வேண்டாம் என்று முடிவு செய்தான். ஆனால் அடுத்த நிமிஷமே நினைத்துப் பார்க்கத் தொடங்க வும் செய்தான்.

பூ ஸ்லைடு வாங்க வைத்த உஷா, ஒரு மரகம்பெனி கான்ட்ராக்டரின் மகள். ரொம்பநாளைக்குப் பிறகு நான் வேலையில்லாமல் அலைந்த போது, அவள் மீண்டும் என் வாழ்க்கையில் குறுக்கிட்டாள். இன்னொரு உஷாவாக வந்து கல்யாணம் பண்ணிக்கொள்வதற்கான அழைப்புடன்.

கல்யாணத் தரகர் வாசலிலுள்ள ஸ்டூலில் காலைத் தூக்கிவைத்து உட்கார்ந்தார். அவளது வாழ்க்கையின் சரித்திர ஏடுகளைப் புரட்டினார். தங்கமான பொண்ணு, குணம் கட்டித்தங்கம். பணமோ தேவையைவிட தாராளம். கல்யாண ஒப்பந்தம் செய்தால் தொழிற்சாலையில் உயர்வான உத்தியோகம் உறுதி, வேலையில் சேர்ந்த பிறகு தாலிகட்டினால் போதும். தாலிகட்டிய பிறகு பையனின் விருப்பப்படி காரோ ஸ்கூட்டரோ எதுவாயிருந்தாலும் பரவாயில்லை. பொண்ணுக்கு எந்தக் குறையுமில்லை. கொஞ்சம் கால் ஊனம். நிறம் கொஞ்சம் கறுப்பு. அவ்வளவுதான்.

மூன்று பகலும் மூன்று இரவும் யோசித்துப் பார்த்தான். கறுப்பு நிறமுள்ள உஷாவின் மனம் வெள்ளையாகலாம். விடியற்காலை பெரிய தெருவின் ஓரமாக நடந்து குறீப்பள்ளி படித்துறைக்கு வந்தான். குளிக்கப் போறேன் பேர்வழி என்று தண்ணீரில் இறங்கினான். தைமாதக் குளிரால் ஆற்றுமணலில் உட்கார்ந்து பல் விளக்கினான். எதிர்ப் பக்கத்திலிருந்த படித்துறையில் சில பெண்கள் நீராடினர். என் மனம் உள்ளே ஒரு கோணல் பல்லுடன் அவர்களுடன் நீராடியது. மூழ்கி எழுந்தது. ஜலக்கிரீடை செய்தது. அப்போது என் முகத்தில் கண்ணீரைத் தெறித்தபடி நீ சொன்னாய் - 'அழகுப் பையனும் கோணல் பல்லும்' -

ஸ்கூலில் படித்த உஷாவின் முகம் அழகாக இருந்தது. அவளின் சிவந்த நீண்ட கைவிரல்களில் அழகாகச் சீவிவிட்ட நகங்களிருந்தன. அவையில் வண்ணம் பூசப்பட்டிருந்தது. நீளமாக வளைந்து ரத்தம் சிந்தும் நகங்களிருந்தன. அதை யாரறிந்தனர்!

முடிந்தது. நீரில் மூழ்கி மூச்சு முட்டிய என் மனத்தைக் காப்பாற்றினேன். தரகரிடம் அடுத்த நாள் முடிவாகச் சொன்னேன். இந்தப் பந்தம் வேண்டாம்.

அறையினுள்ளே கட்டில் சத்தம் போட்டது. அவள் மடியிலிருந்த தலையணையை எடுத்து வைத்து எழுந்தாள். விளக்கை அணைத்தாள். மீண்டும் வந்து ஜன்னல் கம்பிகளில் முகத்தை அழுத்தினாள். மிகுந்த வெப்பமுள்ள பெருமூச்சை அவன் நின்றிருந்த திசையில் அனுப்பி விட்டாள். வெளியேயிருந்து வந்த நிலவொளியில் அவள் கண்கள் பளபளத்தன. மனத்தைக்கிறங்க வைக்கும் நீல வெளிச்சம் ஒன்று அவைகளில் தெரிந்தது.

அவன் அசட்டையாகவே பார்த்தான். இதெல்லாம் ஒன்றும் பலிக்காது. உன் தகப்பன் ஒரு சின்னப் பையனை அனுப்பினார். அவன் சாப்பிட்டு மூன்று நாளாச்சு என்று சொன்னார். அவன் கண்கள் குருடாக இருந்தன. அவனின் எலும்பு புடைத்த நெஞ்சையும் கிழிந்துபோன உடையையும் பார்த்து நான் மனம் உருகினேன். அவனுக்கு எண்ணெய், சோப்பு கொடுத்துக் குளிக்கச் செய்தேன். என்னுடைய பழைய சட்டையைக் கொடுத்தேன். அவன் என்ன பண்ணினான்? என் மகளின் கழுத்திலிருந்த தங்கச் சங்கிலியை பறித்துக்கொண்டு ரயிலேறிச் சென்றான்.

நீ என்னை நிம்மதியாக வாழவிடமாட்டாய். என் குழந்தைகள் விளையாட்டுச் சாமான்களுக்காக அழுதார்கள். உன் குழந்தைகளின் விலையுயர்ந்த டாய்களையும் வண்ணப் பொம்மைகளையும் பார்த்துத் தான் அழுதார்கள். எட்டணாவுக்கும் நாலணாவுக்கும் கிடைக்கிற, சுலபமாகக் கிழியும் ப்ளாஸ்டிக் பொம்மைகளை நான் வாங்கிக்

கொடுத்தேன். குழந்தைகளே, மற்றவர்களின் சொத்துக்கு ஆசைப் படக்கூடாது. மனுஷாள்கிட்டே கருணைக்காட்டணும். மற்ற குழந்தைகள் கேட்டால் உங்கள் பொம்மைகளைக் கொடுக்கவேண்டும். யாரிடமிருந்தும் பிடுங்கி எடுக்கக் கூடாது. இதெல்லாம் நான் என் குழந்தைகளுக்குச் சொல்லிக்கொடுத்தேன். அவர்களுக்குப் பட்டினியாக இருக்கவும் கற்றுக் கொடுத்தேன். உன் குழந்தைகள் டாய்காரைத் தூக்கிப்போட்டு ஓடி வந்தார்கள். மணலில் திருப்தியுடன் அப்பாவின் கண்ணீரில் மண்ணைக் குழைத்து வீடுகட்டி விளையாடும் என் குழந்தைகளின் பொம்மைகளைப் பறித்துக் கொண்டார்கள். கண்ணில் நீருடன் என் குழந்தைகள் அப்பாவின் அறிவுரைகளைச் சொல்லிக் கொண்டே வீடுகட்டி விளையாடினார்கள்.

பார்சல்காரர்களிடம் பச்சை நோட்டைக் கொடுத்துவிட்டது. உன் னுடைய அப்பாவாக இருக்கலாம். ஒருவேளை நீயாகவும் இருக்கலாம். நான் மதிமயங்கவில்லை. மற்றவர்களையெல்லாம் மயங்கவைத்து எனக்கு எதிராகத் திருப்பினாய், அந்தக் குழந்தை ப்ளாட்பாரத்தில் படுத்துத் தூங்குகிறது. என்னை மயக்க இப்போது நீயும் வந்திருக்கிறாய். உன் சிவந்த உதடும் நீலக்கண்களும், இந்தப் பனிக்கால இரவும்.

அவன் அவளின் முகத்தைப் பார்க்காமல் கண்களை மூடினான்.

கண்களை மூடுவது மடத்தனம். இமைகளை மூடினால் முதலில் இருட்டின் வெறுமை. பிறகு கனம் குறையும் இருளில் மெதுவாக உருவாகிப் பறந்துவரும் சதுப்புநிலம். கருத்த வானம். குளிர்ந்த காற்று. முன்பு ஏதோ ஒரு காலத்தில் ஒரு கவிஞன் தொலைவில் கண்ட தனிமையான வெளிச்சம்போல ஏதோ ஒன்று. பயணம் தொடங்க வேண்டும். இந்த நொண்டி மனத்தின் தீர்த்தயாத்திரை. பார்க்கப் பார்க்கத் தொலைவுக்குச் செல்லும் வெளிச்சம். அதைத் துரத்தி ஓடினால் எதிர்பாராமல் இந்தச் சேற்றில் புதையுண்டு போகலாம் - 'ஜாக்கிரதை!'

வெளியே பனிமூட்டம் மிகுந்த இரவு, காத்துக்காத்துச் சலித்துவிட்டது. இரவு தன் ஆசைகளைக் குதறிவிட்டு எழுந்தாள். எங்கேயோ விரிந்த முல்லைப் பூக்களின் மணமும் குளிர்ந்த காற்றும் முட்டிமோதி உள்ளே வந்து அவனை அணைத்தன. எல்லாமாகச் சேர்ந்து எதிர்பார்க்காமல் அவனுடைய தொண்டைக்குக் கீழே பிடித்துக் கொண்டது. நெஞ்சுக்குள் கனம் ஏறியது. மூச்சை உள்ளே இழுக்கக் கஷ்டமாக இருந்தது.

சட்டென்று அவன் எழுந்து உட்கார்ந்தான். இரண்டு முறை இருமி நிலவொளியில் பிரகாசமான இரவின் முகத்தில் துப்பினான். கடைசி மாத்திரையையும் விழுங்கினான்.

முல்லைப்பூ மணம் புரியத் தொடங்கியது. ரத்த நாடிகளில் கிறக்கம் ஏறியது. ஆசையாகக் குளிர்காற்றை இழுத்து உள்ளுக்குள் ஏற்றுக் கொண்டான். பிறகு ஒரு முடிவுக்கு வந்தான். நாளையிலிருந்து நான் பார்சல்காரர்களின் நோட்டை ஏற்றுக் கொள்வேன். ரயில் பத்து நிமிஷம் கூடுதலாக நிறுத்தி வைப்பேன். அந்தப் பழைய கடிகாரத்தின் முகத்தை உதைத்து உடைத்தெறிவேன். வீட்டிலிருந்து மனைவியையும் குழந்தை களையும் இங்கு அழைத்து வருவேன். ப்ளாட்பாரத்தில் படுத்துத் தூங்கிய குழந்தையை எண்ணெய் தேய்த்து குளிப்பாட்டுவேன்.

நடுங்கும் விரல்களால் போர்வையை நீக்கிவிட்டு எழுந்தான். மூச்சிரைத்துக்கொண்டு கதவைத் தட்டினான். வெளியே வெளிச்சம் தெரிந்தது. பகலின் முதல் பிரகாசம்.

அவள் கதவு திறந்து வெளியே வந்தாள். அவனைத் தலையிலிருந்து கால்வரை ஒருமுறை பார்த்தாள். பிறகு அனுதாபம் மிகுந்த குரலில் கேட்டாள்:

'உங்களுக்கென்ன, உடம்பு சரியில்லையா?'

அவன் கண்களில் படிந்த திரையை நீக்கி சரியாகப் பார்க்க சிரமப் பட்டான். அவள் வெளியே இறங்கி வந்து திரும்பிப் பார்க்காமல் நடந்தாள். பக்கத்து குவார்ட்டர்ஸின் முற்றத்தில் டிக்கெட் கலெக்டர் நின்றிருந்தார். அவள் அவரை உரசியபடி அந்த வீட்டுக்குள் நுழைந்தாள்.

வண்டி வேஷம்

அவர்கள் ஆவலாகக் காத்துக் கொண்டிருக்கிறார்கள். நாலு ஆண்களும் ஐந்து பெண் பிள்ளைகளும். திருவிழா கமிட்டியில் முக்கியமானவரான குமாரண்ணாவின் வீட்டில் வண்டிக் கொட்டகையில் போடப் பட்டிருந்த பெஞ்சுகளில் வரிசையாக உட்கார்ந்தபடி அவர்கள் பேசிக் கொண்டிருந்தார்கள். அவ்வப்போது தெரியாமல் வயலோரப் பாதையைப் பார்த்தார்கள். அவர்களை வேடிக்கை பார்க்க வந்த சின்ன மக்கள் திரள் முற்றத்தில் வெயிலில் காத்து நின்றார்கள். ஒன்பது பேருடைய முகங்களிலும் தெளிவான வெயில் போல ஒரு வித அதிசய உணர்ச்சி தெரிந்தது. ஒரு பெஞ்சில் நெருங்கி உட்கார்ந்த பெரியவர்கள் மூன்று பேரும் அதிகம் பேசவில்லை. வரிசையில் மூன்றாவது ஆளாக உட்கார்ந்திருந்த கண்ணன் தன் சட்டைப்பையில் பத்திரமாக வைத்திருந்த நோட்டீஸை எடுத்து சத்தம் போடாமல் படித்தான். வாசிக்கையில், அவனையறியாமல் கண்கள் அவன் வீட்டு வாசலைக் கவனித்தன.

‘ஓம். அருள் மிகு தென்கரை பகவதியம்மன் துணை. பக்தர்களே, அருள்மிகு தென்கரை பகவதி கோயிலில் காலகாலமாக வருடந்தோறும் நடத்திவரும் சித்திரைமாதத் திருவிழா இந்த ஆண்டும் விமரிசையாகக் கொண்டாடுவது எனத் தீர்மானிக்கப்பட்டுள்ளது. ஆகையால் இந்தச் சடங்குகளில் பங்கேற்கவும் நிதியுதவி செய்யவும் பக்தர்களாகிய ஊர் மக்களைப் பணிவுடன் கேட்டுக் கொள்கிறோம்?

கண்ணன் இதைப் பலமுறை படித்துவிட்டான். கண்ணன் நிகழ்ச்சி நிரலில் உள்ள கணபதி ஹோமம், மேளவாத்தியம், கொம்பு போன்ற வற்றைத் தாண்டிவந்து, பகல் விழா நிகழ்ச்சியில் வந்து நின்றது. சாயங்காலம் நாலு மணிக்கு பகல் விழா ஊர்வலம். கேரளத்தின்

புகழ்பெற்ற பெரிய கோயில் யானைகள், பஞ்சவாத்திய மேளக் கச்சேரி, தேவர்களையும் தேவியர்களையும் அவதாரங்களையும் நினைவு கூரும் வண்டி வேஷ ஊர்வலம், தாரை, தப்பட்டை, பேண்டுவாத்தியம், நாட்டுப்புறக்கலைகள் சகிதம் டானா செக்போஸ்டிலிருந்து புறப்படும். வண்டிவேஷ் அலங்கார ஒப்பனை : பப்பாஷ செந்தாமராக்ஷன்.

கண்ணன் மனத்துக்குள் சொல்லிக்கொண்டான். வண்டி வேஷத்தில் பங்ககேற்பவர்களின் பெயர்களையும் நோட்டீஸில் போட்டிருக் கலாமே! சட்டென்று மனக்கண்ணில் முருகணி, காக்கணி போன்ற சிற்றூர்களுக்கிடையில் மல்லாந்து கிடக்கும் வயலும் சருகுகள் மூடிய சிறு பாதைகளும் குளங்களும் கள்ளுக்கடைகளும் நெல்களனும் எல்லாம் சித்திரைமாத வெயிலில் தெளிவாகத் தெரிந்தது. குளத்தில் மாட்டைக் குளிப்பாட்டுபவர்கள், வயல்மேட்டில் வேலை செய்யும் பெண்கள், நடைபாதையில் சந்தித்துக் குசலம் பேசுபவர்கள் போன்றோரின் குரல்கள் காதில் விழுந்தது.

'யாரப்பா இந்தக் கண்ணன்?'

'அந்த சாமியோட பையன் பா.'

'எந்த சாமியப்பா?'

'அட, அந்த சாமி இல்லெ, செத்துப்போன கறவைக்காரன் சாமி.'

'ஹூம். இந்தப் புள்ளையாண்டான் பத்தாங்கிளாஸூ பாஸாயிட் டானா?'

'வண்டி வேஷம் கட்டறதுக்குப் பத்தாம் கிளாஸ் ஜெயிக்கணும்னு யாருப்பா சொன்னது?'

'அட, அந்தப் பையனோட கதி அவ்வளவுதான்.'

சேற்றை வாரிமுகத்தில் வீசியது போன்ற வார்த்தைகள். கண்ணனுக்கு நெஞ்சில் பாரமாக இருந்தது. ஓடிக் களைத்துப் போனவனைப் போல, மூச்சிரைத்தது. கண்ணில் ஆவி பறந்தது. அப்போது ட்ராக்டர் வச்சிருக் கிற வேலாயுதண்ணனின் பெரிய கேட்டுக்கு வெளியே நின்று ஷோபா கேட்கிறாள்: 'முருகன் வேஷம், கட்டப்போறாயா?'

'ஆம், நீ யார்கிட்டேயும் இதச் சொல்லிடாதே.'

'வேஷம் ரொம்ப அழகா இருக்கும்.'

'வேஷம் ஊர்வலம் பாக்க நீ வருவேல்லெ?'

'உம். அம்மா வீட்டிலேருந்து நெறைய சொந்தக்காரங்க வர்றாங்க.'

கண்ணன் நோட்டீஸை மடக்கி மீண்டும். சட்டைப்பையில் போட்டான். மேக்கப்புக்காரன் செந்தண்ணன் ஏன் இன்னும் வரக்காணோம்? வேற எங்கேயாவது புரோக்ராம் இருக்குமா? அதுவும் முடிஞ்சு தாமதமா வந்தா ஊர்வலம் நேரத்துக்குப் புறப்பட முடியுமா? செந்தண்ணன் கண்டபடி வேலையுள்ள ஆள்தான். பக்கத்து ஊரில் எங்கெயும் இவ்வளவு நல்ல மேக்கப்மேன் இல்லை. மூக்குக்குக் கீழே லேசாக மயிர் முளைத்த ஒரு முகம் முன்னால் வந்தது. முறைத்துப் பார்க்கும் கலங்கலான கண்கள். கண்ணனுக்கு ஆளைத் தெரிந்துவிட்டது. பெட்டிக் கடைக்காரன் குட்பையன். பெட்டிக்கடைக்காரன் குப்பையனின் மகள். அவளுக்கு வேஷம் போடும்போது, கூடநின்று பார்க்க வந்திருப்பாராக்கும்.

'டேய் கண்ணா, நீ என்னை வேஷம்டா கட்டடறே?'

'நான் இப்ப என்ன சொல்றது... செந்தண்ணன் வரட்டும்...'

'என் பொண்ணு பராசக்திடா... ஆதிபராசக்தி.'

அது செந்தண்ணனுக்கும் தோணணுமே. கண்ணன் தனக்குள் சிரித்தான். பெஞ்சின் ஓரத்தில் எல்லோரையும் முறைத்துப் பார்த்துக்கொண்டு உட்கார்ந்திருக்கும் ஆதிபராசக்தியின் முகத்தை அவன் பார்த்தான். பரவாயில்லை, வேஷம் அவளுக்கு நல்லாதான் இருக்கும். அப்படிப் பார்த்துக் கொண்டிருக்கையில் காயத்ரி ஹைஸ்கூல் மலையாள வாத்தியரின் வறண்டுபோன குரலைப் பல ஆண்டுகளுக்கப்பாலிருந்து கண்ணனுக்குக் கேட்டது. இந்த உலகமே ஒரு நாடகம். நாமமெல்லாம் ஒவ்வொரு வேஷம் கட்டி நடிக்கிறோம். நடிப்பு முடிந்ததும் வேஷத்தைக் களைந்து மேலே போகிறோம். அவ்வளவுதான்.

தன் அப்பாவான சாமி கறவைக்காரனின் வேஷம் போட்டார். மகன் கண்ணனுக்கு அந்த வேஷம் வேண்டாமென்று சாமி தீர்மானித்தார். வேறொரு நல்ல வேஷத்தை ஏற்பாடு செய்தார். கிணறு வெட்டுவதற்காகக் கடன் வாங்க வங்கிக்குப் போனபோதுதான் சாமிக்கு அந்தப் புதிய வேஷத்தைப் பற்றி ஞானேதயம் வந்தது. நல்ல வெள்ளை சட்டையும் வேட்டியும் அணிந்து சுழலும் மின் விசிறிக்குக் கீழே உட்கார்ந்து எழுதும் குமாஸ்தாவின் வேஷம். விடியற்காலையில் எழுந்து வயலும் சேறும் கடந்து பனியிலும் மழையிலும் நடந்து பால்கறக்கப்போகத் தேவையில்லாத கௌரவமான வேஷம். சாமி தன் மகனுக்கு வெள்ளைச் சட்டையும் வேட்டியும் முன்னதாகவே வாங்கிக் கொடுத்தார். காய்த்ரி ஹைஸ்கூலில் கண்ணன் படிப்படியாக வகுப்புகள்

தாண்டி வந்தான். ஒன்றாவது வகுப்பில் கொண்டுவந்து வைத்த மரக்கட்டைகூட எந்தத் தடையில்லாமல் பத்தாவதுவரை வந்து சேரும் காலமிது என்பது சாமிக்குத் தெரியவில்லை. பத்தாங்கிளாஸ் தாண்டினால் வேஷம் போட மகனுக்குத் தகுதி வந்துவிடுமென்று யாரோ சாமியும் சொல்லியிருந்தார்கள். ஆனால் கண்ணன் பத்தாங் கிளாஸ் வருவதற்குள் சாமி நடிப்பை நிறுத்திபோக வேண்டியதாயிற்று.

கண்ணன் என்னென்னவோ சிந்தனைகளில் அலைந்து திரிந்து திரும்பி வந்தபோது முன்னில் நிற்கிறான் அசல் செந்தாமராக்ஷன்! பேதைகளைக் கீழே வைத்துவிட்டு நிமிர்ந்து தன் உதவியாளனோடு என்னமோ சொல்லிவிட்டு செந்தாமராக்ஷன் கம்பீரமாகவும் காரியமாகவும் பெஞ்சில் உட்கார்ந்திருப்பவர்களின் பக்கம் திரும்பி ஒவ்வொருவரின் முகத்தையும் மாறி மாறிப் பார்த்தான். பிறகு கொஞ்ச தூரம் விட்டு நின்று இன்னுமொரு முறை பார்த்தான் அவனது தீர்மானங்கள் ஒரு சின்ன ஊம் என்ற முழக்கத்தில் தெரிந்தது. முதலாவது ஆளைக்காட்டி உதவியாளனிடம் சொன்னான்:

‘இந்தப் பையன் பரசுராமன்.’

இரண்டாவது ஆளின் முகத்தைக் கூர்ந்து கவனித்து ஒரு நிமிடம் யோசித்தான்.

‘இது சிவன்.’

பிறகு செந்தாமராக்ஷன் கண்ணனின் முன் வந்தான். ஒரு வெளிப்படுதல் போலச் சொன்னான்.

‘இது முருகன்.’

அத்தனை நேரம் முற்றத்திலும் தோப்பிலும் வானத்திலும் பிரகாசித்துக் கொண்டிருந்த சித்திரைமாத வெயில் கண்ணனின் உள்ளே பாய்ந்து சென்றது. அதன் தாக்கத்தால் அவன் இதயத்துடிப்பு அதிகமாயிற்று. அப்போது செந்தாமராக்ஷனின் உதவியாளன் தன் முகத்தையே கண்ணி மைக்காமல் பார்ப்பது கண்ணனுக்குத் தெரிந்தது. அந்த ஆள் என்னமோ சந்தேகத்தைத் தீர்ப்பதுபோல இரண்டு பக்கத்திலும் நின்று மாறி மாறிப் பார்த்தான். பிறகு செந்தண்ணனிடம் ஏதோ ரகசியமாகச் சொன்னான். ரகசியமாக இருந்தும் கண்ணனுக்கு அது கேட்டது.

‘செந்தண்ணே, இந்தப் பையனுக்கு அனுமார் போறதா?’

செந்தாமராக்ஷனின் கண்களில் தீப்பொறி பறக்கம் பார்வை தெரிந்தது. உதவியாளன் அடங்கிப் போனான். பிறகு அந்த ஆள் ஒன்றும்

பேசவில்லை. கண்ணன் யோசித்தான்: பகவதீ, மாரியம்மன் புறாப்பந்தயத்தில் பரிசாகக்கிடைத்த ஒன்றரை சவரன் விற்றுத்தான் பணம் பண்ணியிருக்கிறேன். ஒரு முழு பாட்டில் பிராந்தியும் இதோ நிற்கும் செந்தண்ணனின் காலடியில் வைத்து நமஸ்கரித்து முருகனாக்க வேண்டும் என்று சம்மதிக்க வைத்தேன். மகமாயி, நீ காப்பாற்றினாய். அது போதும்.

செந்தாமராக்ஷன் அடுத்த முகத்தை சோதனை போட நகர்ந்த நேரத்தில் கண்ணனின் கை தன்னையறியாமல் சட்டைப்பைக்குள் சென்றது. மீண்டும் நோட்டீஸை வெளியே எடுத்தான். அதிலுள்ள இரண்டு வரிகளினூடே கண்கள் தடுமாறிச் சென்றன:

சர்வமங்கள மாங்கல்யே சிவே

சர்வார்த்த சாதிகே

சரண்யே த்ரயம்பிகே கௌரி

நாராயணி நமோஸ்துதே

அந்த வார்த்தைகளின் அர்த்தம் தெரியாவிடினும் கண்ணனுக்கு ஆறுதலாக இருந்தது. ஊர்க்காரர்கள் கண்ணில் ஒரு தூசியாக மாறி, பிறகு அதுவும்கூட ஆகாமல் ஒன்றுமில்லாதவனாக மாறிக் கொண் டிருக்கையில்தானே, தாயே, நான் இந்த வேண்டுதலுக்காகக் கிளம்பினேன்.

முற்றத்தில் வெயில் கொளுத்துகிறது. வேடிக்கை பார்க்கும் பிள்ளை களின் எண்ணெய் பிசுபிசுக்கும் தலைமுடியில் வெயில் படர்ந்து எரிகிறது. வயோதிக ஆதிவாசிப் பெண்கள் ஓலைக்குடிசைக்குள் ஏறி நின்றனர். வெளியே நின்ற சிறுவர்கள் ஆதிபராசக்தியைப் பார்த்து என்னமோ ரகசியம் பரிமாறிக் கொண்டனர். உதவியாளன், தன் பைகளைத் திறந்து மேக்கப் சாமான்களைப் பரப்பி வைத்தான். செந்தாமராக்ஷன் கட்டளையிட்டான்: 'எல்லாரும் சட்டையெக் கழட்டுங்க.'

'பரசுராமனுக்கு ஜிங்க் ஒயிட் போதும். கொஞ்சம் கறுப்பு சேர்த்துக்கோ. சிவனுக்குக் கொஞ்சம் சிகப்பு, முருகனுக்கு கொஞ்சம் சிவப்பு கூடவே சேர்த்துக்கோ.'

புறாவின் சிறகடிக்கும் ஓசை கேட்டது. கண்ணனின் உடலெங்கும் அது பனிமழைபோல் பொழிந்தது. பரசுராமனின் முகத்தில் உதவியாளன் வெள்ளைச் சாயம் பூசிக்கொண்டிருந்தான். கண்ணனின் பார்வை

பரசுராமனின் முகத்திலிருந்து பறந்து மேலே சென்றது. வெளியே காற்றில் அசைந்த தென்னந்தலைப்புக்களைத் தாண்டி இங்கிலீஷ் பள்ளிக் கூடத்தின் நாலாவது மாடிக்கு மேலே பயணித்தது. 'டேய், இவேன, அந்தப்புறா ஞாபகமாகவே உட்காராதடா!'

செந்தண்ணனின் வார்த்தைகள் கண்ணனின் பார்வையைக் கீழே இழுத்துக் கொண்டு வந்தது.

'இப்ப எத்தனை புறாடா வெச்சிருக்கே?'

'அந்த வேலையெ நிறுத்திட்டேண்ணே.'

'என்னடா ஒண்ணுகூட இல்லையா?'

'ஊஹும்.'

கேள்விகளுக்கிடையிடையே செந்தண்ணனின் உள்ளங்கைகள் கண்ணனின் முகத்தில் இளம் சிகப்புச் சாயம் பூசத் தொடங்கின. பிறகு மீண்டும் சிறகடிக்கும் ஓசை கேட்டது. தன்னையறியாமல் முகம் நிமிர்ந்தபோது, செந்தண்ணன் பிடித்து இறக்கினான்.

'இந்தப் பக்கம் பாத்து ஒக்காருடா'

கண்ணன் தன் பார்வையை ஊர்வலவண்டிக் கொட்டகையின் மூங்கில் தூணில் பதித்தான். இருந்தும் மனம் மட்டும் பறந்து மிதந்து சென்று விட்டது. எதிர்பாராத மழைமேகத்தில் மாட்டிக்கொண்ட புறாவைப் போல, திசைதவறிய மனம் காயத்ரி ஹைஸ்கூல் பத்தாம் வகுப்பின் கடைசி பெஞ்சில் தளர்ந்து அமர்ந்தது. வகுப்பு அறையின் கம்பிகளும் மூடுபலகைகளும் இல்லாத ஜன்னல் வழியாக, தூரத்திலிருந்து வடமலை அவனை அழைத்தது. கண்ணன் திரும்பிப் பார்த்தான். பார்த்துக் கொண்டிருக்கும்போதே நிறம் மாறும் நீண்ட ஓணானைப் போன்ற வடமலை. இப்போது கடுமையான நீல நிறம். வானத்தின் நிறத்தையெல்லாம் உறிஞ்சிக் குடித்ததுபோல. அப்போதுதான் நிறமற்ற வானத்திலிருந்து இங்கிலீஷ் வாத்தியார் மேனனின் குரல் வந்தது. கண்ணன் திடுக்கிட்டுத் திரும்பினான் மேனன் வாத்தியாரின் சுண்டுவிரல் நுனி உயருவதற்கேற்ப அவனும் எழுந்து நின்றான்.

கேள்வி கேட்டது இங்கிலீஷில் சரியாகப் புரியவில்லையெனினும் அனுமானிக்க முடிந்தது.

ஏப்ரகாம் லிங்கனுக்கு மிருகங்களிடம் தோன்றிய கருணைக்கு ஒரு உதாரணம் சொல்லவேண்டும். கண்ணன் தொலைவில் வீற்றிருந்த நீல

ஓணானை எரிச்சலோடு பார்த்தான். தென்கரை பகவதியம்மனை மனத்தில் நினைத்து பதில் சொன்னான்.

‘ஏப்ரகாம் லிங்கன் வாஸ் எ ஸேவ்டு எ பிக் வாஸ் எ மட்ஹோல்.’

உண்மையில் அவனுக்குச் சந்தோஷமாகவும் பெருமையாகவும் இருந்தது. ஒரு சேற்றுக் குழியிலிருந்து ஒரு பன்றியை ஏப்ரகாம் லிங்கன் காப்பாற்றினார். இவ்வளவுதானே.

வகுப்பில் எதிரொலித்த சிரிப்பொலியில் மூழ்கித் தளர்ந்துவிட்டான் கண்ணன். ஷோபாவும் அந்தச் சிரிப்பில் சேர்ந்து கொண்டாளே? இல்லை. அனுதாபத்துடன் நீண்டு வந்த அந்தப் பார்வையை கெட்டி யாகப் பிடித்துக் கொண்டுதான் அவனால் நேராக நிற்க முடிந்தது. சிரிப்பொலி அடங்கினதும் மேனன் வாத்தியார் சொன்னார்.

‘பன்னியெ ஏப்ரகாம் லிங்கன் காப்பாத்தினார். உன்னை யார் காப்பாத்தப் போறங்கன்னு தான் என் கவலை. கடவுள்தான் துணை.’

பத்தாவது பரீட்சை எழுதுவதற்கு எத்தனையோ காலம் முன்னதாகவே கண்ணனின் ஆபத்பாந்தவர்கள் வந்து சேர்ந்தார்கள். அவைகள் வீட்டு முற்றத்தில் சிணுங்கிச் சிணுங்கி நடந்தன. கழுத்தில் வானவில்லை விரியவைத்துக் கூரையின் உச்சிக்குப் பறந்து சென்றன. வயலில் வேலை முடிந்து திரும்பி வந்த அம்மா, நெஞ்சில் கை வைத்துப் பதற்றத்துடன் சொன்னார்:

‘என் தெங்கரை பகவதி தாயே, இந்தப் பிள்ளையாண்டானுக்கு என்ன கேளாறு?’

மாவட்ட மாரியம்மன் புறா போட்டியில் கண்ணனின் ஒற்றைக்கால் ஜங்கிலி என்ற புறா, இந்தப் பிள்ளைக்குக் கோளாறு ஒன்றும் இல்லை யென நிரூபித்தது. காலை ஏழு மணிக்கு அந்த மைதானத்திலிருந்து பறந்து வானத்தை நோக்கி எழும்பியது. நடுவர்கள் அசந்துபோய் பார்த்துக் கொண்டிருக்கையில் அவன் காயத்ரிப் பள்ளியின் கூரையைத் தாண்டி இங்கிலீஷ் மீடியம் ஸ்கூலின் மேல் சென்று வட்டமிட்டது. கண்ணனும் வானத்தில் சிறகடித்து நின்றபடி இங்கிலீஷ் ஸ்கூலை வெறுப்போடு பார்த்தான். அப்பா சொன்னதை நினைத்துச் சிரித்தான்.

‘டேய் தம்பி, காசிநந்தா நான் ஒன்னெ அந்த இங்கிலீஷ் ஸ்கூலுக்கு உட்டிருப்பேனில்லெ?’

மாலை ஏழு மணிவரை ஜங்கிலி வானத்திலேயிருந்தது. ஆறே முக்காலுக்குக் கூட்டைத் திறந்துவிட்டுத் தீனியைத் தூவிவிட்டு

பெட்ரோமேக்ஸ் லைட்டைக் கொளுத்தினான். சரியாக ஏழுமணிக்கு ஜங்கிலி பறந்திறங்கி வந்தது. ஒன்றரை சவரன் பரிசு அம்மாவின் கண்ணில் பளபளக்கும் கண்ணீராயிற்று. தன் வாயில் போட்டுப் பதம் செய்த கடலைப்பாலை ஜங்கிலியின் அலகுக்குகள் ஊட்டியபோது அவனுக்கு மனம் விம்மியது. பரிசை அப்பாவுக்கு காட்டமுடியாதே. மேனன் வாத்தியாருக்கும் காட்ட முடியாது. வாத்தியாரும் எல்லாவற்றையும் முடித்துவிட்டு போயே போய்விட்டார்.

குமாரண்ணனின் வண்டிக் கொட்டகையில், கொஞ்சம் கொஞ்சமாக முருகனாக மாறிக் கொண்டிருந்த கண்ணனின் நினைவுகளில் புறாக்கள் குறுகுறுசத்தமிட்டன. இறகுகள் பிடுங்கப்பட்ட ஜங்கிலியின் இறக்கைக்கு அடியில் ரத்தம் கட்டியாய் நிற்கிறது. மழைக்காலம் தொடங்க வானம் கருத்தபோது ஒரு கார்மேகத்துக்குக் கீழே வெள்ளைப் பொட்டாகத் தெரிந்த ஜங்கிலி, கண்ணன் பார்த்துக் கொண்டிருக்கும் போதே காணாமல் போய்விட்டது.

'அந்தப் புறா போனது போனதுதான்.'

இரண்டு பகல்கள் முழுதும் கண்ணனின் கால்கள் ஓய்வில்லாமல் அலைந்தன. மூன்றாம் நாள் நம்பிக்கையிழந்து சுற்றித் திரிந்து கொண் டிருக்கும்போது, அதோ ஜங்கிலி ட்ராக்டர் வச்சிருக்கிற வேலாயுதண் ணன் வீட்டுக்குப் பக்கத்தில் கூரை ஓட்டின்மீது அந்தி மாலையில் பெய்த இளம் நீலநிற மழைச்சாரலில்நனைந்து அசையாமல் உட்கார்ந்திருக் கிறாள். கேட்டு பூட்டி வைத்திருந்த வீட்டின் கொல்லைக்குள் ஏறிக் குதிக்கத் தயங்கினான். பக்கத்து கேட்டின் வண்ணம் பூசிய தூணில் சாய்ந்து நின்றுகொண்டு ஷோபா சொன்னாள்:

'இந்த வழியா ஏறிக்கோ.'

ஏறினான். ஷோபா கொண்டு வந்த அரிசியினைத் தூவினான். ஜங்கிலி பறந்திறங்கியது. அவளைப் பிடித்து நெஞ்சோடு சேர்த்து வைத்தான். கண்ணிமைக்காமல் பார்த்து நின்ற ஷோபாவிடம் சொன்னான்.

'நல்ல தெம்புள்ள ஜாதி இது. அப்புறம் புதிய றெக்கையோட சக்தி வேற.'

'புதிய றெக்கையா?'

'ஆமா. பழைய றெக்கையெ இழுத்துப் பிடுங்கிப் போட்டா புதிய றெக்கை வராதா?'

'அய்யோ, இழுக்கிறச்செ அதுக்கு வலிக்காதா?'

'கொஞ்சம் வலிக்கத்தான் செய்யும்.'

ஷோபா இதையெல்லாம் கேட்டு ஆச்சரியப்படுவாள் என்றும் பாராட்டி ஏதாவது சொல்வாள் என்றும் விரும்பினான். ஒன்றும் நடக்கவில்லை. அந்த மாலையைவிடக் கருத்துவிட்டது அவன் முகம்.

'என்ன ஒரு பாவமான காரியம். கேக்கும் போதே போதும் போதும்னு தோணிச்சு.'

அதன்பிறகு ஒரு போதும் கண்ணனின் புறாக்கள் போட்டிகளில் பறக்க வில்லை, ரொம்ப நாளைக்குப் பிறகு ஒரு சாயங்காலம் அவன் வெளியே கிளம்பினான் - புறாக்கள் இல்லாமல் போய்விட்ட செய்தியை அவளிடம் சொல்ல. காலேஜ் விட்டு நடந்து வந்து கொண்டிருந்தாள் ஷோபா. வயல் வரப்பு வழியே தனியாக.

'அந்த ஏற்பாட்டை நிறுத்திட்டேன்', என்றான் அவன்.

'என்னது?'

'புறாக்களெ வெச்சுக்கற ஏற்பாட்டெ நிறுத்தியாச்சு, ஒத்தைக் கால் ஜங்கிலியை மட்டும் கூடவச்சிக்கிட்டேன்.

'ஏன் அப்படி?'

'பாவம், ஒத்தெக்காலு தானே? எனக்க ஒரு தொனையா இருக்கட்டும்னு தான்.'

ஷோபா சிரித்தாள். ஒரு வித்தியாசமான சிரிப்பு. பொன்நிறம் பூசிய பார்வை அவனை என்னமோ செய்தது. கண்கள் சிவந்தன. ஜங்கிலியை வைத்துக்கொண்டிருப்பது அவளுக்குப் பிடிக்கவில்லை போலும். இரண்டு நாட்களுக்குள் ஜங்கிலியையும் விற்றுவிட்டான். பணத்தைத் தந்துவிட்டு கண்டமுத்து, புறாவை வாங்கி தன் மடியில் வைத்தபோது ஷோபாவை நினைத்துப் பொறுத்துக்கொண்டான். கண்டமுத்துவின் மடியில் ஒதுங்கிய ஜங்கிலியின் தலைமட்டும் வெளியே தெரிந்தது. அந்த நீலக்கண்கள் என்னமோ சொல்வது போல் இருந்தது.

'இந்தப் பிள்ளையாண்டானெ வெச்சுக்கிட்டு பெரிய அவஸ்தையாப் போச்சு. தலையெ ஒழுங்கா வையேண்டா!'

செந்தண்ணனின் பொறுமையிழந்த குரல் முருகனின் கிரீடத்தைத் தலையில் வைத்துப் பார்க்கிறான். கொஞ்சம் தொலைவிலிருந்து பார்த்துக் கொண்டிருந்த விழா கமிட்டி செயலாளர் தினேஷ் அண்ணன் சொன்னார்:

'பரவாயில்லையே. முருகன் ஜோரா வந்திருக்கு.'

கிரீடத்தை எடுத்து ஸ்டூலில் பத்திரமாக வைத்து விட்டு சொந்தாம ராக்ஷன் கேட்டான்:

'முருகா, சாப்பிட்டியா?'

'ஓ.'

'ஜட்டி போட்டிருக்கியா?'

'போட்டிருக்கேன்.'

'நீ கில்லாடிடா. ஏதுடா இந்தப் பச்சைப் புடைவை?'

கண்ணன் ஒன்றும் சொல்லாமல் சிரித்தான். ஒவ்வொரு கேள்வியும் அவனைக் கறவைக்காரன் சாமியின் மகன் கண்ணனாக மாற்றிப் பாதாளத்துக்குத் தள்ளிவிட்டது. ஒவ்வொரு முறை விழும்போதும் தன் முன்னாலுள்ள கிரீடத்தைப் பார்த்து அவன் முருகனாக மேலேறி வந்தான்.

கண்ணன் இரண்டு பக்கமும் இருந்தவர்களைப் பார்த்தான். எல்லா முகங்களும் மாறிவிட்டிருந்தன. பரசுராமன், சிவன், ராதை, கிருஷ்ணன் என வரிசையாக இருந்தன. கடைசியில் ஆதிபராசக்தி.

'டேய் பசங்களா, போய் ஒண்ணுக்கிருந்துட்டு வாங்க.' உத்தரவைக் கேட்டு யாரும் அசையவில்லை என்று தெரிந்தபோது சொந்தண்ணன் குரலை உயர்த்தினான்.

'நான் மொதல்லெயே சொல்லிட்டேன். அப்புறம் ஒண்ணுக்குப் போவணும்னு தோணினாகூட அப்படியே நிறுத்திவைக்க வேண்டியதுதான். ராத்திரி பதினொரு மணிக்குத்தான் இதெல்லாம் முடியும்.'

தெய்வங்களும் அவதாரங்களும் எழுந்து வரிசையாக வெளியே சென்று திரும்பி வந்து பழைய இடங்களில் அமர்ந்தனர். செந்தண்ணன் கிரீடம் எடுத்து கண்ணனின் தலையில் வைத்து அசையாதவாறு கட்டினான். பச்சைப்பட்டுச் சேலையை வரிந்துகட்டிவிட்டான். இடது கையில் வேலைப் பிடிக்கவைத்தான் . மாலைகள் சூட்டினான்.

'நீங்கல்லெல்லாம் போயி சாமி கும்புட்டு, வண்டிலெ ஏறிக்கோங்கோ, நேரமாச்சு.'

கண்ணன் இருபுறமும் வரிசையாக நின்ற பிள்ளைகளுக்கு நடுவே நடந்து கோயிலுக்குச் சென்றான். காய்கறி விற்கும் தத்தா என்ற கிழவி,

கூட்டத்தை ஒரு பக்கமாக ஒதுக்கிவிட்டு அவன் முன்னால் வந்து நின்றாள். வெளுத்துப்போன கண்களை இறுக்கி இறுக்கி ஒரு நிமிடம் பார்த்துக் கொண்டே நின்றாள். பிறகு அவனைத் தொழுதாள்.

‘முருகா, எங்களுக்குப் பழனிக்குப் போக வசதியில்லை.’ கண்ணனைப் போக வழிவிட்டவாறு அவள் சொன்னாள்.

‘நிஜமாகவே முருகன் மாதிரிதான். இந்தப் புள்ளைக்கு கண்பட்டுரும்னு நெனக்கிறேன்.’

மயிலின் கட்-அவுட் உள்ள வண்டியில் கண்ணன் ஏறினான். எல்லா வண்டிகளிலும் வேஷம் போட்டவர்கள் ஏறி நின்றார்கள். ஊர்வலம் தொடங்க வேண்டிய இடமான டானாவில் வந்து சேர்ந்து கண்ண னுக்குத் தெரியவில்லை. அங்கே வந்ததும் யானைகளும் அலங்காரக் குடைகளும் பஞ்சவாத்திய மேளமும் தப்பட்டையுமெல்லாம் தயாராக இருந்தன. ரோட்டுக்கு இரு புறமும் நெரிசல்பட்டுத்திரண்டு வநது நிற்கும் மக்கள் கூட்டம்.

விழ ஊர்வலம் புறப்பட்டது. வண்டி வேஷங்களில் எல்லோருக்கும் முன்னால் முருகன் சென்றான். வண்டியின் முன் பக்கத்தில் இருபுறமும் கட்டிவிடப்பட்ட கம்புகளில் மாட்டியிருந்த ட்யூப் லைட்டுகள் எரியத் தொடங்கின. தப்பட்டை மேளத்தில் முத்து பதித்த அலங்காரக்குடை மின்னிற்று. நலம்தானா, நலம் தானா. பேண்டு வாத்தியக்காரர்கள் தமிழ் சினிமாப் பாட்டை அமோகமாக வாசித்தார்கள். பஞ்சவாத்திய மேளம் அலையடித்தது.

வேஷங்கள் ஏறி நின்ற வண்டிகளின் இருபுறமும் மக்கள் நெரிசல்பட்டு நடந்து நீங்கினர்.

கண்ணனின் உள்ளேயிருந்த முருகன் கிசுகிசுத்தான்:

‘பாருடா கண்ணா.’

கண்ணன் பார்த்தான். தன் வண்டியின் வலப்பக்கத்தில் ஷோபாவும் தோழிகளும். ஷோபா இடையிடையே தலையை நிமிர்த்தி தன் பக்கம் பார்த்தாள். இடப்பக்கத்தில் வண்டியைப் பிடித்தபடி அம்மா நடந்து வருகிறாள். பின்னால் பக்கத்துவீட்டு குஞ்சுவேலுவண்ணா, அவரின் பெரிய பையன் கோமளன், பிறகு ஊரிலுள்ள பெரிய இடத்து இளசுகள்.

இடது கையில் வேலைப் பிடித்து வலது கையால் ஆசீர்வதித்தபடி முருகன் நிமிர்ந்து நின்றான். எவ்வளவு முயன்றும் கீழ்ப்பக்கம் பார்க் காமல் இருக்க முடியவில்லை. ஷோபா வண்டிக்கு ஈடுகொடுத்து நடக்க

கஷ்டப்பட்டாள். அகன்ற விழிகளில் ஆச்சர்யம் கலந்த பார்வை. கூட்டத்தின் அலைகளில் மூழ்கி அந்தக் கண்கள் அவ்வப்போது காணாமல் போய்விடுகின்றன. மீண்டும் பார்க்கையில் முருகனின் புன்னகைக்குப் பிரகாசம் கூடுகிறது. வண்டி ஒரு ரதம் போல நீங்கிச் செல்கிறது. முருகனின் வேல் முனையில் சூரியன் உதிக்கிறது.

வண்டியைப் பிடித்தபடி நடக்கும் அம்மாவை நெரிசலில் விழாமல் பார்த்துக்கொண்டு வருகிறார் குஞ்சுவேலுவண்ணன். பாவம், ஒழுங்கில்லாமல் பறக்கும் அவள் தலைமுடியும் வாடிய முகமும், கண்ணன் உள்ள இருக்கும் முருகனிடம் சொன்னான்: அந்தக் கண்ணிலுள்ள வருத்தத்தைப் பார்த்தாயா? வசந்தாக்கா ஒரு மாசமா உடம்பு சரியில்லாமெ படுத்த படுக்கையா இருக்கா. காசில்லாம கஷ்டப்படுகிறார் குஞ்சுவேலுவண்ணா. நோய்க்கு மருந்துவாங்க வேண்டாமா? முருகன் தன் ஆசி வழங்கும் கையை குஞ்சுவேலுவுக்கு நேராகத் திருப்பி வைத்தான்.

‘எல்லாம் சரியாகும். கவலைப்படாதெ.’

கண்ணனுக்கு மனம் நிறைந்தது. இது ஒரு தொடக்கம் தான். யாரும் நினைக்காத என்னவெல்லாம் இனி நடக்கப்போகிறது! கண்ணன் பத்தாம் க்ளாஸ் ஜெயிச்சதாக ஒருநாள் ஊர் ஜனங்களுக்குத் தெரியவரும். அதன் பிறகு அப்பா முன்பு பார்த்துவைத்திருந்த வேஷத்தை அவன் அணிந்து கொள்வான். அதற்குப் பிறகு ட்ராக்டர் வைத்திருக்கிற வேலாயுதண்ணனின் மகள் ஷோபாவை…

கண்ணனின் உடம்புக்குள் எல்லைகளை உடைத்து தகர்க்கும் ஏதோ ஒன்று விம்மிப் பூரித்தபடி நரம்புகளில் வெளிச்சம் நுரையடித்து ஓடுகிறது கண்களில் தீக்கனல் எரிகிறது. தாங்க முடியவில்லை. கண்கள் தானே மூடுவது போலிருந்தது. பஞ்சவாத்திய மேளத்தின் ஓசைகள் பலவண்ணங் களில் பளபளக்கும் ரிப்பன்களாகக் காற்றில் பொங்கி வருகிறது. முத்துப் பதித்த அலங்காரக் குடைகளிலிருந்து நட்சத்திரங்கள் சிதறுகின்றன. பொன் நிற பிரகாசத்தில் மின்னும் வானத்துக்குக் கீழே மக்கள் எறும்புக் கூட்டத்தைப் போல் நீந்திச் செல்கின்றனர். இத்தனை உயரத்திலிருந்து பார்க்கையில் முக அடையாளம் சரியாகத் தெரியவில்லை. அப்போது இரண்டு முகங்கள் மட்டும் கண்ணனுக்கு அடையாளம் தெரிந்தது. இறந்து போன அப்பாவும் மேனன் வாத்தியாரும். இரண்டு பேரும் தோளில் அன்னியோன்னியமாகக் கைபோட்டபடி மனம்விட்டு சிரித்துக் கொண்டு நிற்கின்றனர். திருப்தியுடன் தலையாட்டுகின்றனர். முருகன் கருணை யோடு அவர்களைப் பார்த்தான்.

எதிரில் வந்த இங்கிலீஷ் ஸ்கூல் பஸ்ஸை ஊர்வலம் கடந்து போவதற் காக ஒரு ஓரமாக நிறுத்தி வைத்திருக்கிறார்கள்.

கண்ணன் பகையுடன் பஸ்ஸைப் பார்த்தான். வேலைப் பிடித்திருந்த கை இறுகியது. காலிலிருந்து தொடங்கி ஒரு நடுக்கம் உடல் பூராவும் பரவியது. உள்ளேயிருந்து முருகன் மெதுவாகச் சொன்னான்: 'பஸ்ஸுக் குள்ளே குழந்தைகள் இருக்காங்களான்னு பார்க்கணும்.'

கண்ணன் உடனே பதில் சொன்னான்:

'குழந்தைகள் யாருமில்லை. ட்ரைவர் கீழே இறங்கி ஊர்வலத்தைப் பார்த்துக் கொண்டு இருக்கார்.'

அடுத்த வினாடி வேல் பிடித்திருந்த கை ஓங்கியது ஒரு ஹுங்காரத்துடன் பாய்ந்த வேலின் முனை பஸ்ஸைத் துளைத்தது. பஸ்ஸைத் தூக்கி மக்கள் கூட்டத்தின் மேலே கொண்டு போய் வயல்வெளியில் போட்டது. பஸ்தரையில் விழுந்தபோது தெறித்த சேற்றுத் தண்ணீரின் துளிகள் வானத்தில் கரைந்துபோவதைப் பார்த்து கண்ணன் பெருமூச்சு விட்டான். பிறகு வெகுநேரம் ஒன்றும் பார்க்க முடியவில்லை.

மீண்டும் பார்வை திருப்பிக்கிடைத்ததும் ஊர்வலம் கோயில் நடைக்கு வந்து சேர்ந்திருந்தது. குலைவிட்ட வாழை மரங்களால் அலங்கரித்த வாசலில் ஜனங்கள் நெருக்கி இடித்துக்கொண்டு நகர்ந்தனர். இரவைப் பகலாக்கும் மின்விளக்குகள் உயரத்தில் எரிகின்றன. வண்டியுடன் வந்தவர்களெல்லாம் அங்கேயே இருக்கிறார்களா என உறுதிப்படுத்த அவன் கீழே பார்த்தான். அந்த நேரம் கண்ணனுக்கு நின்ற நிலையில் எல்லாமே மரத்துப்போனது போலிருந்தது. ஷோபாவை உரசியபடி ஒரு அழகான வாலிபன். பேன்ட்டும் லூசான ஷர்ட்டும் போட்டிருந்தான். அந்த ஆள் குனிந்து ஷோபாவின் காதில் என்னமோ சொன்னான். அவள் சிரித்து முகம் குனிகிறாள்.

கண்ணன் வேலை கெட்டியாகப் பிடிக்க முயன்றான். விரல்கள் நடுங் கின. கை தளர்ந்து போவது போலிருந்தது. உள்ளேயிருந்து கதை யடைக்கும் ஓலம் போல ஒரு சத்தம் பொங்கிவந்தது.

வண்டி கோயில் வளாகத்துக்குச் செல்கிறது. ஷோபாவும் கூட இருந்த வனும் பேசிச் சிரித்தபடி அவனிடமிருந்து அகன்று செல்கின்றனர். அவர்கள் பார்வையிலிருந்து மறைவதைப் பார்த்து நிற்கையில் அறிவிப்புகள் உரக்க ஒலிக்கின்றன.

'பக்தர்களே, அருமை சகோதர சகோதரிகளே, கவனிக்கவும். பஸ்மா ஸுரன் நாட்டிய நாடகம் இன்னும் சில நிமிடங்களில் தொடங்க உள்ளது. எல்லோரும் தயவு செய்து உட்காருங்கள்.'

வண்டிகள் கோயிலின் வலது பக்கமாக நீங்கிச் சென்றன. இப்போது வண்டிக்கு அருகே யாருமில்லை. முன்பாகத்தில் எரிந்து கொண்டிருந்த ட்யூப்லைட்டுகளும் அணைந்துவிட்டன.

அடுத்த அறிவிப்பும் கேட்டது. 'வண்டி வேஷங்கள் வண்டியை விட்டு கோயில் சுவரோரமாக நிற்க வேண்டும்.'

இறங்குமுன் கண்ணன் இன்னொருமுறை ஷோபாவைத் தேடினான். நாட்டிய நாடகம் பார்க்க ஜனங்கள் நெருக்கி அடைத்து உட்கார்ந்து விட்டார்கள். வண்டியைவிட்டுக் கீழே இறங்கி சுவரோரமாக நிற்கும் போதும் கண்கள் தேடிக்கொண்டே இருந்தன. இதற்கிடையில் செந்தண்ணன் வந்தான். கிரீடத்தை ஜாக்கிரதையாக அவிழ்த்து எடுத்தான். வேலைத் திரும்ப வாங்கிக்கொண்டான். ஆபரணங்களையும் கழற்றினான். கண்ணனின் பழைய வேட்டியும் சட்டையும் யாரோ கொண்டு வந்து கொடுத்தார்கள். கண்ணன் நெரிசலில் மாட்டிக் கொள்ளாமல் மதிலின் ஓரமாக ஒதுங்கி நின்றான். சுருட்டிப் பிடித்திருந்த பட்டுப் புடைவையை மடித்துவைக்கப்பார்த்தான். இந்தப் பழைய புடைவையை அவள் கட்டுவதில்லையென்றும் கொஞ்சம் கிழிந்தாலும் பரவாயில்லையென்றும் ஷோபா சொல்லியிருந்தாள். திடீரென்று தெரியாமல் கையிலிருந்து புடைவை கீழே நழுவிவிட்டது. யாருடைய கால்களெல்லாமோ அதை மிதித்துத் தேய்த்து அது நீங்கி சென்று விட்டது. அதை மீட்டு எடுக்க அவன் நன்றாகவே பாடுபட வேண்டியிருந்தது. மீண்டும் மடக்கி கக்கத்தில் வைத்துக் கொண்டான். இனி என்ன என்று புரியாமல் கொஞ்ச நேரம் அப்படியே நின்றான். இந்தக் கூட்டத்தில் அம்மாவும் இருப்பாளா? இல்லவே இல்லை. விடியற்காலை எழுந்து வேலைக்குப் போகவேண்டிய அம்மா எப்போதோ வீடு போய் சேர்ந்திருப்பாள்.மகளையும் காத்துக் கொண்டு இருப்பாளாக்கும். கண்ணனின் தொண்டையில் ஓசையில்லாமல் வார்த்தைகள் மாட்டித் தவித்தன.

அம்மா, நான் வீடு வந்து சேரமாட்டேன். எனக்குச் சக்தியே இல்லை. அம்மா!

மதிலுக்கு உள்பக்கத்திலிருந்து அம்மா பதில் கூறியதாகக் கண்ணனுக்குத் தோன்றியது. கர்ப்பக்கிரகத்தின் முன்னுக்கு தன்னை அறியாமல் கால்கள் நடந்தன. காலடி வைக்கக்கூட இடமில்லை. பெண்கள் நெருக்கமாக உட்கார்ந்திருக்கிறார்கள். இருந்தாலும்...

'யார்றா அது, பொம்பளைங்க பக்கம் போறது?' ஒரு போலீஸ்காரனின் கை கண்ணனின் தோளில் வந்து விழுந்தது. அதன் பிறகு அவன் அங்கே நிற்கவில்லை.

நெரிசலிலிருந்து தன்னை விடுவித்துக்கொண்டு வாய்க்கால் மேட்டிலுள்ள வழியைக் குறிவைத்து நடந்தான். வாய்க்கால் கரைமேல் நின்று திரும்பிப்பார்த்தான். தொலைவில் நிமிர்த்தி நட்டுவைத்த சதுரமாகக் காட்சியளித்த மேடையில் நாட்டிய நாடகம் ஆரம்பித்தது. சின்ன பொம்மைகளைப்போல என்னென்னமோ உருவங்கள் அசைந்தாடின.

மீண்டும் திரும்பிப் பார்க்காமல் கண்ணன் நடந்தான். நாடகத்தின் பின்னனிப் பாட்டு லேசாகிக் கொண்டே வந்தது. கறவைக்காரன் சாமியின் மகன் வானத்தைப் பார்த்தான். நிலவு ஓர் இருண்ட மேகத்துக்குள் மாட்டிக்கொண்டு மறைகிறது. பூமியில் எல்லாவற்றையும் ஒன்றுமில்லாததாக்கும் ஒரு மங்கலான வெளிச்சம் பரவுகிறது.

உர விற்பனைக் கூடத்தில்

புத்தகம் படிக்கையில்

அவனது கதை வாசிப்பு தடைபடுவது இது மூன்றாவது முறை. புதிய ஒரு நன்கொடை திரட்டும் குழு, எரு விற்கும் கடைக்கு முன்னால் ரசீதுப் புத்தகங்கள் சகிதம் வந்துவிட்டார்கள். மழை கொஞ்சம் ஓயக்காத் திருந்தார்கள் போலும். ரசாயன எருவைப் பற்றி ஒரு சிறு குறிப்புள்ள தாளை எடுத்து, படித்துக் கொண்டிருந்த பக்கத்தை அடையாளப்படுத்தி புத்தகத்தை மூடி வைத்தான். நோட்டீஸை வாங்கிக்கொண்டான். மலையடியவாரத்திலுள்ள கோயிலின் சீர்குலைந்த பரிதாபமான நிலைமை அதில் சித்திரிக்கப்பட்டிருந்தது. தேவதேவியரின் சிலைகள் காற்றும் மழையும் பட்டு நாட்களைத் தள்ளிக் கொண்டிருக்கின்றன. இடிந்துபோன கோயிலை சீர் செய்து புதுவாழ்வு கொடுக்கப் புறப்பட்ட கமிட்டிக்காரர்கள் இதோ முன்னால் நிற்கிறார்கள். இவர்களில் பலரும் எரு வாங்குவதற்காக இங்கே வருபவர்கள்தான். அவன் பத்து ரூபாய் நோட்டை எடுத்து நீட்டினான். ரசீது எழுதுகிறவன் என்னவோ விபத்தைப் பார்த்துவிட்டதுபோல அதிர்ச்சியுற்றான்.

'அப்படிப்பாத்து ஒண்ணும் ஆகப்பேறதில்லெ. இவ்வளவுதான் எங்கிட்டெ இருக்கு' என்றான் இவன்.

'ரெண்டுலட்சம் எஸ்டிமேட் போட்டிருக்கோம், சார்.'

'என்னுடைய நிலைமையெ நான் சொல்லிட்டேன். தாராளமாக கொடுக்க முடிஞ்சவங்க இருங்காங்களே இங்கெ. அவங்க மனசு வச்சா...'

பிறகு யாரும் ஒன்றும் சொல்லவில்லை, மஞ்சள் நிற மினுமினுக்கும் காகிதத்தில் அச்சடித்த ரசீதை, மேஜை மீது வைத்துவிட்டுச்

சென்றுவிட்டார்கள். மீண்டும் புத்தகத்தைத் திறக்க முயலாமல் மழையில் நனைந்த ரோட்டின் இறக்கத்தில் மெதுவாகச் சென்று அகன்று கொண்டிருந்த அவர்களையே பார்த்துக் கொண்டிருந்தான்.

அவன் அந்த உரம் விற்கும் கடையை ஆரம்பிக்கிறபோது, அக்கம் பக்கத்தில் இருந்த ஒரே கடை சாராயக்கடைதான். தினமும் இரண்டு பஸ்கள் மலையடிவாரம் வரை போய்வந்தன. பட்டணத்துக்கு வரவேற்கும் போர்டிருந்த இடத்திலிருந்து சுமார் மூன்று கிலோ மீட்டராவது இருக்கும் இந்த இடத்துக்கு. பஞ்சாயத்து மண்ரோடு தார் ரோட்டைக் கடக்கும் இடம் என்ற விசேஷமான காரணத்தினாலோ என்னமோ, பரமேஸ்வரன் நாயர் இங்கே தன் டீக்கடையை ஆரம்பித் தார். இன்னொருவர் சாராயக்கடை வைக்கவும் அதுவே காரணமாக இருந்திருக்கலாம். கூலிவேலைசெய்பவர்களும் கொஞ்சம் தொலை விலுள்ள சின்ன தொழிற்பேட்டையிலுள்ள பணியாட்களும் இங்கு வந்துதான் பஸ்ஸுக்குக் காத்துக் கிடப்பார்கள்.

ஐயப்பா டீ ஷாப் என்றெழுதிய பெயர் பலகையோடு தான் பரமேஸ் வரன் நாயர் கடையை விட்டுக்கொடுத்தார். பாவம், அவர் கடையை நடத்தி நன்றாகவே நொடிந்து போயிருந்தார். கடன் கொடுக்கத் தெரி யும். ஆனால்பணத்தைத் திருப்பிக் கேட்டுவாங்கத் தெரியவில்லை என்பதுதான் அவரின் கோளாறு. இவன், சரித்திரத்தில் முதுகலைப் பட்டமும் எடுத்து, மேற்கொண்டு என்ன செய்வது என்று புரியாமல் அலைந்து கொண்டிருந்தபோது, ஓர் உரம் விற்கும் வியாபாரி ஆவான் என்று கனவில் கூடநினைத்ததில்லை. வெகுநாட்களாக வேலை தேடி அலைந்திருந்தான். தன்னைச் சுற்றிக்காணும் ஏற்றத்தாழ்வுகளையும் அநீதியையும் பார்த்து மனம் தவித்தபடி அலைந்தான். நிறைய தெரிந்தும் பலவற்றை நேரில் அனுபவித்தும் மனம் அலுப்படைந்தது. யோக்கியர் களைப் போல் வேஷமணிந்து இழிவானவர்கள் அழகான உறுதி மொழிகளை முன்வைக்கின்றனர். அவர்களின் வெளிப்பேச்சில் மயங்கி சந்தோஷமாகக் கண்ணுக்குத் தெரியாத சுவர்களுள்ள சிறைகளுக்கு நடந்து செல்கின்றனர் அப்பாவி ஏழைகள். எல்லாம் புரியப் புரிய மனம் பற்றியெரிந்த காலம். உருப்படியாக ஏதாவது செய்ய முடியுமா என்று மட்டும் தான் சதா யோசனை. பிறகு ஏன் ஒன்றும் செய்யாமல் யோசனையிலேயே மூழ்கிவிட்டான்? அன்று தெரியாது என்று கருதிய பதிலின் நிஜம் இப்போது நினைவு மண்டலத்தில் தெளிவாக நிற்கிறது. நான் வலிமையற்றவன். அதைவிட முக்கியமாக ஒரு கோழை இந்தக் கோழையைக் காப்பாற்றத்தானே என்னமோ அப்பா குடும்ப பாரத்தை என்னிடம் கொடுத்துவிட்டு சிதையில் எரிந்து சாம்பலானார்! அதனால் தானோ கடனில் மூழ்கிய ஐயப்பா டீக்கடைக்காரன் தன் கடையை என்னிடம் கொடுத்துவிட்டுச் சென்றான்? எதுவாக இருந்தாலும்

மிச்சமிருந்த விவசாயத்தைப் பார்த்து நடத்தவும் கொஞ்சம் ரப்பர் மரங்களை நட்டு வைக்கவும் உரம் விற்கும் கடையைத் தொடங்கவு மெல்லாம் விதிபோல ஒரு சந்தர்ப்பம் வந்து அமைந்துள்ளது. உர விற்பனையாளர்களின் மாநாட்டில் ரசாயன உரம் தயாரிக்கும் கம்பெனியின் ஜெனரல் மேனேஜர் சொன்ன ஒருவாக்கியம் அவனைத் தன் போக்கிலேயே செல்ல உந்துதலாகவும் அமைந்தது. உரம் விற்பதென்பது வெறும் வியாபாரம் மட்டுமல்ல, அது ஒரு பெரிய சமூக சேவையும் கூட.

அவன் இந்தச் சேவையை ஆரம்பித்து இப்போது ஏழுவருடம் ஆகிறது. இதற்கிடையில் அவனது கடையச் சுற்றி ஏராளமான மாற்றங்கள் நிகழ்ந்துவிட்டன. கூட்டு ரோடிலிருந்து தார்ரோடு இறங்கிச் செல்லு மிடத்தில்தான் அவனின் உரக் கிடங்கு. அங்கே உட்கார்ந்தபடி பார்த்தால் நீண்டதூரம் ரோடு தாழ்ந்து சென்று பிறகு வள்ளிக்கோடு கிராமத்தில் மேடு ஏறும் வரை இரண்டு கிலோமீட்டருக்குத் தெளிவாகத் தெரியும். வளைவுகளில்லாத ரோட்டின் இருபுறமும் வயல்கள். ஏர் பூட்டுதலும் நாற்று நடுதலும் நெற்கதிர் விளைதலும் அறுவடை செய்தலுமாக காலம் பலகாட்சிகளைத் தன் முன் மாறி மாறி கொண்டு வந்து நிறுத்தியது. உரக்கிடங்கில் இருந்தபடி அவன் வயலோடு வயலானான். சில சமயம் அறுவடைப் பாடல்களின் பாகமானான். மழைமேகம் மூடிய வானமானான். ஒரு விதத்தில் அவன் விடுபட்டுக் கொண்டிருந்தான். புத்தகங்களைப் படிக்கும்போதும் அவன் விடுபட்டுக் கொண்டுதான் இருந்தான்.

மாறிய சூழல்கள் அவன் நெற்றியில் கண்ணுக்குத் தெரியாத எழுத்துக்களால் 'அன்னியன்' என்ற வார்த்தையை எழுதி வைத்தது. வள்ளிக்கோடு மேடுவரை ரோட்டுக்கு இருபுறமும் இருந்த நெல்வயல் இப்போது இல்லை. தென்னங்கன்றுகளை நட்டு அவைகளைத் தோப்பாக மாற்றிவிட்டார்கள். வேறு சிலர் விவசாயம் செய்யாமல் கட்டாந்தரையாகவே விட்டிருந்தார்கள்.

ரியல் எஸ்டேட் தரகர்களின் கார்கள் ரத்தத்தை உறிஞ்சும் விசித்திர பிராணிகளைப்போல, வழியோரங்களில் வந்து வெகுநேரம் நின்றன. வயல்களின் நெஞ்சில் மரக்கழிகளைக் குத்தி நிற்க வைத்தனர். புதிய சாலைகள் வரைந்து வெட்டினார்கள். லாரிகள் சிமெண்டும் மணலும் இரும்புக்கம்பிகளும் சுமந்து அலறிப்பாய்ந்து வந்து போனபடி இருந்தன. பல பெயர்கள் சூட்டப்பட்ட நகர்கள் முளைத்தன. ஆன்ட் டின்னாக்களின் எலும்புக்கூடுகளின் மேல் அண்டங்காக்காக்கள் நின்று கரைந்தன. இந்த மாற்றம் மலையடிவாரம் வரை படர்ந்து விட்டிருந்தது. இரண்டு மசூதிகள், மூன்று கிறிஸ்து தேவாலயங்கள். தொழுகை

அழைப்புகளும் ஆலயமணியோசைகளும் மழைப்போல் பெய்த போது, கடவுள்சிலைகள் மட்டும் நனைவதை நினைத்துக் கவலையுற்று விழித்தெழுந்தவர்களுக்கு ஆன்மிகமான பாதுகாப்பின்மை தோன்றியது. அவர்களும் கான்க்ரீட் கோட்டைகளுக்காகப் பாடுபடு கிறார்கள். யாரெல்லாமோ என்னவெல்லாமோ விசாரிக்க அவசரப்படு கிறார்கள். யாரெல்லாமோ எங்கெல்லாமோ வன்முறை செய்யத் தயாராகின்றார்களோ?

அவன் மீண்டும் புத்தகத்தைத் திறந்தான். உலகப் புகழ்பெற்ற ஜப்பனிய எழுத்தாளர் யுகியோ மிஷிமாவின் கதைத் தொகுப்பு. 'அஸ்தமனமும் கடலும்' என்ற கதை அது. இன்னும் ஒரு பக்கம் தான் பாக்கியிருக்கிறது. திரும்ப வாசிக்க ஆரம்பித்தபோதுதான், வன்முறையைப் பற்றியும் பாதுகாப்பைப் பற்றியுமெல்லாம் யோசிக்கத் தொடங்கியதற்கான காரணம் புரிந்தது. கதையில் வரும் குழந்தைகளின் சிலுவைப் போரைப் பற்றிய வர்ணனை மனத்தை மிகவும் பாதித்துவிட்டது. ஜப்பானில் கடலுக்கு அருகாமையிலிருக்கும் கமாகுரா மலைப்பிரதேசத்தில் ஒரு ஜென் புத்த தேவாலயத்தின் வயதான ஊழியர்தான் முக்கியக் கதாபாத்திரம். வானம் தெளிவாக உள்ள மாலை வேளைகளில் அவர் பக்கத்திலுள்ள குன்றின் மேல் கஷ்டப்பட்டு நடந்து ஏறிச் செல்வதைப் பழக்கமாக்கியிருந்தார். ஊமையும் செவிடுமான ஒரு சிறுவன்தான் அவருக்கு ஒரே நண்பன். குன்றின்மேல் நின்றபடி கடலில் சூரியன் மறைவதைப் பார்ப்பது என்பது அவருக்கு வாழ்க்கையின் இன்றியமையாத அம்சமாக மாறிவிடுகிறது. பொழுது சாய்வதற்கு முன் பள்ளத்தாக்கிலிருந்து பொங்கி வருகிறது சில் வண்டுகளின் பாட்டு. கடுமையான நீலநிறமுள்ள அடிவானத்துக்குச் சூரியன் இன்னும் இறங்கிச் செல்லவில்லை. மேலே குவியலாக இருந்த மேகங்கள் தீப்பிடித்துப் பரவுவதைப் பார்த்தபடி அங்கேயே நின்று கொண்டு கோயில் ஊழியரான ஆன் ரீ, செவிடும் ஊமையுமான சிறுவனிடம் தன் சுயசரிதையைச் சொல்கிறார். ஜப்பானிய மொழி நன்றாகப் பேசத் தெரிந்த அவர், தன் சுயசரிதையைச் சொல்வது பிரெஞ்சு மொழியில். ஐந்தாவது சிலுவை யுத்தத்துக்கு (Crusade) பிறகு புனித பூமியான ஜெருசலேம் மீண்டும் எதிரிகளின் கைக்கு வந்து விட்டது. அந்த நாடே கொடும் துயரத்திலாழ்ந்துவிட்டது. மலைச்சரிவில் தனியாக ஆடுகளை மேய்த்து நடந்த ஹென்றி என்ற சிறுவனின் முன் இயேசு கிறிஸ்து காட்சியளிக்கிறார். அவனின் சிரத்தின் மேல் காலத்துக் கப்பாற்பட்ட அவரின் விரல் தொடுகிறது. கிறிஸ்து ஆசி வழங்குகிறார். நீதான் இனிமேல் புனித பூமியைத் திரும்பிபெற யத்தனிக்க வேண்டும். உன்னால் முடிந்தளவு குழந்தைகளை உன்னுடன் சேர்த்துக்கொண்டு துருக்கிகளிடமிருந்து ஜெருசலேமைக் காப்பாற்றுவாயாக. நீங்கள்

மாழ்செலஸுக்குச் செல்லுங்கள். நீங்கள் புனித பூமிக்குச் செல்வதற் காகக் கடல் இரண்டாகப் பிளந்து வழி அளிக்கும்.

உரக்கடையின் முன்னாலுள்ள ரோட்டில் சீருடையணிந்த பள்ளிக் குழந்தைகளின் சிறுகூட்டங்கள் சென்று கொண்டிருந்தன. சட்டென்று ஒரு மாஸ் ட்ரில்போல பல குடைகள் ஒரே நேரத்தில் விரிந்தன. மழை தூறத் தொடங்கியிருக்கிறது. மேஜை மீது மூடிவைத்த புத்தகத்தின் இருபுறமும் கை முட்டியை ஊன்றியபடி அவன் தன் மனத்தில் ஹென்றியின் கதைக்குச் சாட்சியென நீங்கிச் சென்றான்.

ஹென்றி ஆயிரக்கணக்கான பிள்ளைகளுடன் மாழ்செலஸுக்கும் புறப்பட்டான். போகிற வழியில் பட்டினியாலும் நோயாலும் ஏராள மான குழந்தைகள் தளர்ந்து விழுந்துமாண்டனர். ஹென்றி நம்பிக்கை தளராமல் முன்நோக்கியே சென்றான். வரைபடங்களில் எத்தனையோ முறை கண்டு பரிச்சயமாகிவிட்ட உருவத்திலேயே தன் முன் காட்சி யளித்த இயேசு கிறிஸ்துவின் வார்த்தைகள் அவனுக்குள் ஜொலித்துக் கொண்டிருந்தது. கடல் இரண்டாகப் பிளந்து...

கடைசியில் அவன் மாழ்செலஸில் வந்து சேர்ந்தான். அலைகளசையும் கடலைப் பார்த்து நம்பிக்கையோடு காத்திருந்தான். வெகுநேரம் காத்துநின்ற பிறகு நம்பிக்கை பிரகாசிக்கும் கண்களால் தன்னைப் பார்த்துக் கொண்டிருக்கும் கூட்டாளிகளின் இடையிலிருந்து புறப்பட்டு ஹென்றி, துறைமுகத்தை நோக்கிச் சென்றான். கப்பல்களின் பாய்மரத்துக் பக்கத்தில் உட்கார்ந்திருந்த மாலுமிகள் எல்லாவற்றையும் வேடிக்கை பார்த்துக் கொண்டிருந்தனர். வார்ஃபுக்குப் பக்கத்தில் கடலுக்கருகே நின்றுகொண்டு ஹென்றி நெடுநேரம் பிரார்த்தனை செய்தான். அஸ்தமிக்கும் சூரியனின் கண்ணைக்கூசும் ஒளியால் கடல் பளபளத்தது. அலைகள் வேகமாக வார்ஃபில் வந்து மோதிச் சிதறியது.

கடல் இரண்டாகப் பிளக்கவில்லை.

சாந்தமான சுபாவமுள்ள ஒரு மனிதர் அவர்களை நெருங்கினார். அவர்களுக்கு உணவு கொடுத்தார். கப்பலில் ஏற்றி புனித பூமிக்குக் கொண்டுசெல்கிறேன் என்று வாக்குறுதியும் அளித்தார். எல்லாக் குழந்தைகளும் அதை ஏற்றுக் கொள்ளவில்லை. பலர் பின்வாங்கினார் கள். பலர் ஹென்றியுடன் கப்பலேறினர். கப்பல் பயணம் செய்தது புண்ணிய பூமியை நோக்கியல்ல. அது எகிப்திலுள்ள அலெக் ஸாந்திரியாவுக்குச் சென்று கரைசேர்ந்தது. அந்த மனிதன் அங்குள்ள அடிமைச் சந்தையில் எல்லாக் குழந்தைகளையும் விற்றார். பல எஜமானர்கள் கைமாறி கடைசியில் ஹென்றி இந்தியா வந்தடைந்தார். ஒரு ஜென் புத்தபிக்கு அவனைக் காப்பாற்றினார். வேண்டுமென்றால்

ஹென்றி தன் தாய்நாட்டுக்குத் திரும்பிச் சென்றிருக்கலாம். ஆனால் அவன் தன் ரட்சகனின் சிஷ்யனாக ஜப்பானுக்குப் போகத்தான் விரும் பினான். கமகுராவில் ஜென் குரு ஸ்தாபித்த தேவாலயம் அவனுக்குச் சரணாலயமாக மாறிவிட்டது. அங்கே ஆன் ரீ என்ற பேரில் தேவாலய ஊழியனாக எத்தனையோ ஆண்டுகள்...

இப்போது கிழவனாகிவிட்ட அந்த ஊழியனுக்கு, சித்த பிரமையால் காட்சிகள் காணமுடியவில்லை. புண்ணிய பூமியைப் பற்றிய கதை களும் இல்லை. ஜென் குருவின் உபதேசங்களை அவர் நன்றாகவே உள்வாங்கியிருந்தார். இருப்பினும் மறையும் கதிரவனைப் பார்க்கை யில் அவருக்கு எல்லாம் நினைவுக்குத் திரும்பி வருகின்றன. சூரியன் கடலுக்குள் மூழ்கிவிடும்போது, இரத்த வெள்ளம்போல அலைகள் அசைகையில் அன்றொரு நாள் தான் மேய்த்திருந்த ஆட்டுமந்தைகளும் நம்பிக்கையோடு தன்னுடன் வந்த பிள்ளைகளும் எல்லாம் வானத்தின் எல்லையில் பொங்கிவந்து காட்சி தந்து மறைவதுபோல்...

'பூச்சி மருந்து இருக்கா...?'

சிவந்த கடலின் மீது இருண்டுவரும் வானத்திலிருந்து ஒரு பெண்குரல். உரக்கடையின் மேஜைமீது கைமுட்டியை ஊன்றி தலையைத் தாங்கி வைத்திருந்த அவன் லேசாகத் திடுக்கிட்டான். கடையின் முன்னால் ஈரக்காற்றில் பறக்கும் தலைமயிர்க்கற்றைகளுடன் ஒரு பெண்ணின் உருவம்...

'பூச்சிக்கு ஏதாவது மருந்து இருக்கான்னு...'

ஒரு நொடியில் அவன் வியாபாரியாக மாறினான். பூச்சியைக் கொல் லும் மருந்து, ஆமாம். ஷெல்ஃபின் கீழ்த்தட்டில் இரண்டு பாட்டில் ஸ்யூக்கின் வைத்திருந்த விஷயம் ஞாபகத்துக்கு வந்தது. Expiry ஆக இன்னும் ஒன்றோ இரண்டோ வாரங்கள் தான்.

'சின்ன பாட்டில் இல்லெ. இருநூத்தம்பது மில்லி பாட்டில் தான் இங்கே இருக்கு. நீங்க டௌனுக்குப் போறதா இருந்தா அங்கெ...'

'இங்கேயிருக்கிறதே போதும்...'

'எழுபத்தொம்பது வெலயாகும்...'

அவள் எங்கிருந்தோ ரூபாய் நோட்டுக்களை எடுத்து எண்ணினாள். அப்போதுதான் அவன் அவளைச் சரியாகப் பார்த்தான். இளமை விடைப் பெறத் தயங்கும் உடம்பு. நிறம் மங்கிப் போன புடைவையும் ஜாக்கெட்டும். 'இவங்க...?' சட்டென்று அவள் முகம் நிமிர்ந்தாள்.

மங்கலான எரியும் இரண்டு கண்கள் அவனைப் புறக்கணித்து வேறு எங்கோ சஞ்சாரம் செய்தது.

'பணம் தேறாது இதோ வந்துடறேன்.'

அவள் மேடு ஏறி நடந்தாள். வயல்களைக் கட்டாந்தரையாக்கும் கூட்டத்தைச் சேர்ந்தவளல்ல இவள். அப்படியென்றால் பூச்சி மருந்து கேட்கமாட்டாளே. இதற்கு முன்னர் நான் இவளைப் பார்த்த ஞாபகம் இல்லை. உரம் வாங்க வரும் வாடிக்கையாளர்களை எங்கே பார்த்தாலும் அவளுக்கு அடையாளம் தெரியும். ஒருவேளை இவள் கணவன் தான் சாதாரணமாக இங்கே வருபவரோ?

அவள் மேடு ஏறி மறைந்ததும் சூரியன் அஸ்தமித்த கடலை வேதனையுடன் பார்த்து நிற்கும் வயோதிகன் உருவம் மீண்டும் மனத்தில் வந்தது. அன்று வேதவசனத்தில் பரிபூரணமாக நம்பிக்கை வைத்து உள்ளம் உருகப் பிரார்த்தனை செய்தும் கூட கருணையில்லாமல் பிளந்து வழிதராமல் அப்படியே இருந்த அதே கடல்...

அவனுக்குள் இருந்த சரித்திர மாணவன் துடித்தெழுந்தான். முன்னர் சிலுவையுத்தங்களைப் பற்றிப் படிக்கையில் குழந்தைகளின் சிலுவை யுத்தம் அவனை ஆச்சரியப்படவும் வேதனையுறவும் செய்திருந்தது. மற்ற எட்டுச் சிலுவைப் போர்களிலும் ஏராளனமானவர்கள் பங்கு கொண்டனர். போப்பாண்டவரின் கட்டளையைச் செவிகொண்டு போருக்குக் கிளம்பியவர்களுக்கு நோக்கங்கள் பலவகைப்பட்டதாக இருந்தன. புண்ணிய பூமியை மீட்பதல்ல முக்கிய நோக்கம். பிரபுக்களானவர்கள் பெயரும் புகழும் சம்பத்தும் அதிகாரமும் கிடைக்குமென்ற ஆசையில்தான் புறப்பட்டார்கள். வியாபாரிகள் ஆயுதங்களையும் கப்பல்களையும் விற்று பணத்தை அள்ளிக்கொண்டு வர சந்தர்ப்பம் பார்த்துக் கொண்டிருந்தனர். வறுமையிலுள்ளவர்கள் கடன் தொல்லையிலிருந்து தப்பிக்க யுத்தத்தில் பங்கேற்றனர். குற்றவாளிகள் தண்டனையிலிருந்து விடுபட்டனர். சரித்திர நிபுணர்கள் சிலுவைப் போர்கள். தோல்வியடையக் காரணங்கள் பல கூறுகின்றனர். ஆனால் குழந்தைகளே! அவர்கள் ஏன் பலிகடாவானார்கள்? களங்கமற்ற தன்மையால் யுத்தத்தை ஜெயிக்கமுடியும் என்று அவர்கள் ஆசைப் பட்டார்களா? குழந்தைகளுக்கு பிரமை போன்ற தரிசனங்களைப் பரிசளித்த விசுவாசிகளான பெரியவர்கள் சரித்திரத்தின் தாள்களுக்குள் ஒளிந்துக் கொண்டனர். புண்ணிய பூமி என்றுமே கண்ணுக்கெட்டா தூரத்திலேயே இருந்தது.

உரக்கடையில் முன்னால் ஒரு டெம்போ வேன் வந்து நின்றபோதுதான், அவன் சரித்திரத்தை விட்டு நிகழ்காலத்துக்குத் திரும்பிவந்தான்.

தோப்புக்குச் சொந்தக்காரனான ஏ.கெ. முதலாளி. வெள்ளை ஆடை. மின்னும் சிரிப்பு.

'என்ன, டிப்போ முதலாளி, உட்கார்ந்தபடியே தூங்குறீங்க?'

ஏ.கெ. முதலாளி மற்றவர்களையும் முதலாளி என்றே பெயருடன் சேர்த்து அழைப்பர்.அப்படியொரு சமத்துவம் நிலை நாட்டுவதில் அவருக்கு விருப்பம். ஸ்டூலில் உட்காருகையில் ஜிப்பாவின் பாக்கெட்டி லிருந்து நிறைய காகிதத் துண்டுகளை வெளியே எடுத்தார்.

'டேய், இதெல்லாம் பாருங்கடா, கணக்குத் தப்பாம மூட்டையெல்லாம் பொழுதுசாயறதுக்கு முன்னாலே வண்டியிலெ ஏத்திடணும், நீங்க ஒண்ணும் சிரமப்படவேணாம். எல்லாம் இந்தப் பயலுக செஞ்சிடு வாங்க, தெரிஞ்சுதா?'

டெம்போவில் உட்கார்ந்தவர்களைப் பார்த்துத்தான் முதலாளி அப்படிச் சொன்னது. காகிதத் துண்டுகளை அவன் ஒவ்வொன்றாகப் பார்த்தான். வேளாண்மை அலுவலகத்திலிருந்து இலவசமாக உரம் வாங்கிக் கொள்ளத் தரப்பட்டிருந்த அனுமதி சீட்டுகள் அவை.

'அப்பொ, நான்வரட்டுங்களா, கார் ஒர்க்ஷாப்பிலே விட்டு வந்திருக் கேன்.'

ஏ.கெ. முதலாளி புறப்படுவதற்குள் டெம்போவில் இருந்தவர்கள் கீழே இறங்கினார். அவன் காகிதத்துண்டுகளிலுள்ள பெயர்களைப் படித்தான். சடையன், சன் ஆஃப் சாமி மூப்பன், சாத்தி, சன் ஆஃப் வேலன்.

'ப்ளீஸ் இஷ்யு என்.பி.கெ. ட்வென்டிபைவ் கிலோஸ் அன்டர் எஸ்.ஸி.பி.ஸ்கீம்'

சடையனுக்கும் சாத்திக்கும் கொலவனுக்கும் நரகத்திலிருந்து கரையேற அரசு அளித்திருந்த பத்திரங்கள் இவை. பணத்தை வேளாண்மை அலுவலகத்திலிருந்து நேரடியாகப் பெறலாம். இவர்கள் பாடுபட்டு உழைத்துச் சம்பாதித்து பாதாளத்திலிருந்து தப்பிக்கிறார்களே என்று நினைத்தபோது, சிறிது ஆறுதலும் மகிழ்ச்சியும் தோன்றத்தான் செய்தது. இப்போதுதான் புதிய விஷயங்கள் புரியத் தொடங்குகிறது. இவர்களுக்கு இலவசமாகக் கிடைத்த தென்னங்கன்றுகள் வேறு யாருடைய தோப்பிலோ வளருகிறது. தேவையானவர்களுக்கு அன்றே விற்று விட்டனர். இப்போது இன்னும் கொஞ்சம் புத்திசாலித்தனமும் சேர்ந்திருக்கிறது. வேளாண்மை ஆபீஸிலிருந்து சீட்டுகளைப் பெற்று நேரடியாக ஏ.கெ.முதலாளிக்குக் கொடுத்து பணமாக மாற்றுகின்றனர்.

ஏ.கெ. முதலாளியின் ஆட்கள் உரமூட்டைகளை டெம்போவில் ஏற்ற ஆரம்பித்ததும் அவன் திரும்பிவந்து நாற்காலியில் அமர்ந்தான். எங்கே கோளாறு? சுவரில் உள்ள போஸ்ட்டரில் முண்டாசு கட்டிய விவசாயி சிரித்துக்கொண்டிருக்கிறான். அமோகமான விளைச்சல் செல்வம் கொழிக்கும் எதிர்காலம். போஸ்ட்டரிலிருந்து பின்வாங்கிய கண்கள் பதிந்தது விரக்தியுடன் பார்க்கின்ற மிஷிமாவின் முகத்தில்தான். அந்தக் கதாசிரியன் ஜப்பானிய சடங்கு ரீதியான தற்கொலை செய்துதானே வாழ்க்கையிலிருந்து விடைபெற்றான்? சட்டென்று ஞாபகம் வந்தது. ஹராகிரி தன் வயிற்றைத் தானே கிழித்துப் பிளந்தபடி ஒரு மரணம். மிஷிமாவின் முகத்தில் எங்கேயாவது ஒரு வளைந்த கத்தியின் பளபளப்புத் தென்படுகிறதா என்று பார்த்தான்.

'மருந்து'

பணம் தேறாததால் திரும்பிச் சென்ற பெண் மீண்டும் வந்திருக்கிறாள். எழுபத்தொன்பது ரூபாயை எண்ணி மேஜை மீது வைத்தாள். பூச்சியைக் கொல்லும் விஷத்தைக்கூட இவள் மருந்து என்று தானே குறிப்பிடுகிறாள் என்ற யோசனை மனத்தில் விநோதமாக வந்தது.

அவன் பூச்சிக் கொல்லி மருந்தை எடுத்து மேஜைமீது வைத்தான். புடைவை முந்தானையால் தன்னைப் போர்த்திக்கொண்டு அவள் வானத்தை அண்ணாந்து பார்த்தாள். சட்டென்று மேஜை மீதிருந்த பாட்டிலை எடுத்து அவசரமாக நடக்கத் தொடங்கினாள். இருண்டு வரும் வானத்துக்கு எதிராக மேட்டில் ஏறி நடந்து மறைந்ததும் அவனுக்குள் ஒரு மின்னலடித்தது.

அவள் முகத்தில் அஸ்தமனத்தின் பிரகாசம் இருந்ததோ?

நூல் பாலம் கடப்பவர்கள்

திறந்துவைத்த கதவின் அருகிலேயே வெகுநேரமாக வெளியே பார்த்தபடி நின்றான். பார்த்துக் கொண்டிருக்கும்போதே தளர்ந்து தூங்கிப்போன வறுமையுற்ற இரவின் வெளுத்துப்போன ஆடை பனிவிழுந்து நனைந்துவிட்டது. கைக்கெட்டாத இடத்திலிருந்து கொண்டு ஒரு சோகப் புன்னகையை மட்டும் அவனுக்குப் பரிசளித்த நிலவின் முகமும் மங்கலாகிவிட்டது. இனி கனவுத்தொல்லையால் கஷ்டப்படும் அவளின் பெருமூச்சைப்போல ஒரு குளிர்ந்த காற்றும் வந்துவிடும்.

அவன் கதவை மூடித் தாழிட்டு வந்து நாற்காலியில் அமர்ந்தான். ஒன்றுமே எழுதாத காகிதம் பழையபடி மேஜையின் மீது செய்தித்தாளின் மேலேயே கிடக்கிறது. மேஜை ட்ராயரைத் திறந்து பென்சிலை எடுத்தான். கணக்குப் போடும்போது என்றும் போல இன்றும் ஆரம்பத்தில் திணறி, வெறுப்புற்று, ஆதரவற்ற உணர்ச்சியில் சுற்று முற்றும் பார்த்தான்.

எதிர்ப்புறத்தில் கட்டிலில் லேசான மெத்தையில் மௌனமாக ஒரு யோகினியைப் போல அவன் மனைவி உட்கார்ந்திருந்தாள். கண்களில் ஆழம் அளவிட முடியாத வெறுமை. எதையோ பறிகொடுத்தது போல இருந்த கன்னங்களில் இறந்து போன காலத்தின் நிழல். கந்தலாக மாறிய புடைவை மறைத்த பாதத்துக்குப் பக்கத்தில் உட்கார்ந்தபடி இளைய மகள் ஒரு தமிழ் சினிமா இதழின் பக்கங்களைப் புரட்டிக் கொண்டிருந்தாள். அவளுக்கருகில் மகன் குனிந்தபடி ஒரு நோட்டுப் புத்தகத்தில் லாபநஷ்டக் கணக்குகளைப் போட்டுக் கொண்டிருந்தான். சுவரில் தொங்கிய காலண்டரின் கட்டங்களுக்குள்ளே ஒரு மாதத்தின் தேதிகள் முழுதும் சிறையிலடைந்தபடி அவனையே பார்த்தன.

இரவு ஒன்பது மணிவரை ரெயில்வே தந்தியாப்பீஸில் மார்ஸ்கீயின் மேல் நடனமாடித் தளர்ந்த விரல்களால் அவன் கணக்குப் போட ஆரம்பித்தான்.

கவுண்டர் கடை - 109.75

பால்காரி - 7.50

விறகுக்கடை - 15.00

பத்திரிகைக்காரன் - 5.25

காய்கறிக்காரி - 12.50

ஜவுளிக்கடை தவணை - 20.00

ஆகமொத்தம் 170. வாடகை, ப்ராவிடண்ட் ஃபண்டு, வங்கிக் கடன் போன்றவை போக கையில் கிடைத்தது 140.

அப்பொ இன்னும் ஒரு முப்பது ரூபா தேவை. வெறும் முப்பது ரூபாய் கிடைத்தால் போதும். இப்போதைக்குப் பிழைத்துக் கொள்ளலாம்.

இன்னும் ஒரு முப்பது முப்பது முப்பது என்ற எண் கறுப்பு சிறகுகள் விரித்துப் பலமுறை பறந்தும் வேகமாகத் தாவி வந்தும் அவனைக் கொத்தியிழுத்தது. வட்டிக்கடைக்காரனின் கணக்குப் புத்தகத்தின் எதிர்காலத் தாள்களில் அது முட்டை போட்டு வளர்வதை நினைத்த போது அவனின் வலி இரட்டிப்பாயிற்று. அவன் காகிதத்தை மடித்து மேஜைமீது வைத்து செய்தித்தாளை எடுத்துப் பிரித்தான்.

கம்போடியாவில் அவர்கள் அப்படிச் செய்தது சரியா? நொரோதம் வெளியே போன சமயம் பார்த்து ஆட்சியைப் பிடித்தது எப்படி? யோசித்துப் பார்த்தாலும் அநியாயமாகவே படுகிறதே! அதன் உள் விஷயங்கள் புரியவில்லை. இருந்தாலும் நியாயம் யார் பக்கம் இருக்கிறது? நியாயம் எங்கே?

அவன் நியாயத்தைத் தேடி கண்ணிமைக்காமல் மனைவியின் முகத்தைப் பார்த்தான். அவள் சொன்னாள்:

'நாளை மத்தியானத்துக்கு அரிசி இல்லெ.'

அவன் செய்தித்தாளை மடக்கி வைத்தான். நெற்றியில் வந்த வியர்வையைத் துடைத்தான். முப்பது ரூபா குறைத்துக் கொடுத்தால் ராம கவுண்டர் ஒத்துக் கொள்வாரா? எத்தனை வருஷங்களாக அவன் கவுண்டரின் கடையிலிருந்து சொன்ன விலைக்கு சாமான்கள் வாங்கி

சரியாகப் பணம் கட்டுகிறான்! ஒரு மாதம் மட்டும் கொஞ்சம் குறைவாகக் கொடுத்தால் அவர் முகத்தைத் தூக்கிவைத்துக் கொள்வது நியாயமா? நியாயம் என்பது யாருக்குத் தெரியும்? அது என்ன? எங்கே இருக்கிறது? ஒரு வேளை அதைத் தேடுவதென்பது இருட்டறையில் இல்லாத கறுப்புப் பூனையைத் தேடுவது போலல்லவா?

கடவுளைப் பற்றி அப்படி ஏதோ ஒரு தத்துவஞானி சொன்னதாக எங்கேயோ படித்த ஞாபகம். இம்முறை தவணைப் பணம் கட்டா விட்டால் ஜவுளிக் கடைக்காரன் சும்மா இருப்பானா? கட்டி முடிப்பதற்குள் ஆடைகள் கிழியத் தொடங்கிவிட்டன. சீக்கிரம் புதிய துணி வாங்கியாக வேண்டும்.

அவன் மீண்டும் செய்தித்தாளைப் பிரித்தான். சோஷலிஸத்தைப் பற்றி ஒரு அரசியல் அதிபர் ஆற்றிய உரையை முழுவதுமாக அச்சடித் திருக்கிறார்கள். தேனூறும் வார்த்தைகள். முதல் வாக்கியத்தைப் படித்தால் பூராவும் படிக்கத் தோன்றும். அவன் தனை மறந்து அந்தப் பேச்சின் கட்டுரை வடிவத்தைப் படிப்பதில் மூழ்கினான்.

'பாலனுக்கு வியாதி அதிகமாச்சுன்னுதானே அம்மா எழுதியிருந்தாங்க? பணம் அனுப்புனீங்களா?'

அவன் பேப்பரை மடித்து வைத்து ஒன்றும் விளங்காததுபோல மனைவியின் முகத்தைப் பார்த்தான். அங்கே எந்தவித உணர்ச்சி மாறுதலும் தெரியவில்லை. ஜிவ்வென்ற குரூரமான அந்தக் குரல் இந்த முகத்திலிருந்து தானா புறப்பட்டது? பணம் அனுப்பியாச்சா என்று தானே கேட்டாள். என்ன பணம்? யாருக்கு?

இமைகள் அசையாத அந்தக் கண்களில் வறட்சியின் வெறுமை, உணர்ச்சிகளற்றுப் போன இயலாமை.

அவன் மனத்துக்குள் தனக்குத்தானே கேள்விகள் கேட்டு பதிலும் சொல்லிக்கொண்டிருந்தான். பாலன் என் தம்பி. அவனுடைய வியாதி ப்ளூரஸி. சிகிச்சையைத் தொடர பணமில்லை. அம்மா வேறு யாரிடம் கேட்டு எழுதுவாள்? முடிந்தளவு ஏதாவது அனுப்பணும். முடிந்த அளவு!

சரி சரி... பொழுது விடியட்டும். ஏதாவது ஒரு வழி காணலாம்.

பொழுது விடிந்தால் என்னவெல்லாம் ஆகவேண்டியிருக்கு! விடிய லின் முதல் வெளிச்சத்தில் கரிப்புகை பரவும் வாயுவில் காலை ஷிப்டில் வேலைக்குப் போகும் ரயில்வே ஊழியர்களின் குரல்கள் சிதறிப் பறக்கும். ஆறரை மணிக்கு குழாயில் தண்ணீர்வரும். பொதுக்

குழாய்களுக்குப் பக்கத்தில் குடங்களை வரிசையாக வைத்து பெண்கள் காத்துக்கிடப்பார்கள். சம்பளமல்லாத மற்ற வருமானங்கள் உள்ளவர்களின் மனைவியர் சுகமாகத் தூங்கிக் கொண்டிருக்கையில் அவர்களின் வேலைக்காரிகள் வாசல் பெருக்கி சாணி கலந்த தண்ணீரைத் தெளிப்பார்கள். பக்கத்து குவாட்டர்ஸிலுள்ள இஞ்சின் ட்ரைவர், சென்ற வழியெங்கும் நிலக்கரி விற்றதும் ஊழல் தடுப்புக் காரன் வந்து அதைப் பிடித்ததையும் கதையாகச் சொல்வான். கூடுத லாகக் கரிவிற்று ஊழல் தடுப்பு அதிகாரியை சமாதானம் செய்து அனுப்பிய ரகசியத்தையும் சொல்வான். கரி விக்கவோ, ரயில் பெட்டியைத் திருட்டுத்தனமாகத் திறப்பவர்களின் பக்கம் கண்ணை மூடி உதவி செய்து பங்கு வைக்கவோ, டிக்கெட்டில்லாதவனுக்கு ரசீது கொடுக்காமல் பணம் வசூல் செய்யவோ முடியாதவர்களின் குழந்தைகள் காலையில் எழுந்தவுடன் சத்தியத்தைப் பற்றியும் தர்ம நியாயங்களைப் பற்றியுமான பள்ளிப்பாடங்களை உருப்போட்டுப் படிப்பார்கள். அம்மாவையும் அப்பாவையும் அதிர வைக்கும் சந்தேகங்களைக் கேட்பார்கள். நாலாவது தரப்பு ஊழியர்களின் குழந்தைகள் கண்ணில் பீளையுடன் தூக்கக் கலக்கத்தோடு அலு மினியப் பாத்திரங்களை எடுத்து டீக்கடைக்குச் செல்வார்கள்.

நான் விடியற்காலை எழுந்து தொடுபுழையாற்றில் பங்குனிமாதம் விரித்துப்போட்ட மணல் மெத்தையில் மிதித்து நடந்து கோயில் பக்கம் பாறை மீது அமர்ந்து கொஞ்சம் பகல் கனவு காண்பேன். நேற்று பக்கெட்டில் பத்திரமாகப் பிடித்து வைத்த தண்ணீரைக் கொஞ்சம் கொஞ்சமாக எடுத்து உடம்பில் ஊற்றிக் குளிப்பேன். சின்ன இலைத் துண்டில் ஆவி பறக்கும் தோசையும் தேங்காய் சட்னியும் அம்மா பரிமாறுவாள். குழந்தைகளைப் பக்கத்தில் உட்கார வைத்து ருசித்துச் சாப்பிடுவேன். புழுக்களையெல்லாம் களைந்து கடலெண்ணையில் செய்த ரவா உப்புமா ஒரு உருளை எடுத்து விழுங்கும் போது தொடு புழையாறும் தேங்காய்சட்னியும் மாயமாய் மறையும். அவசரமாக வெள்ளைச் சட்டையும் பேன்ட்டும் அணிந்து ஊழியனாகக் கிளம்பிச் செல்கையில் மகன் சொல்வான்:

'அப்பா, எனக்கு இங்கே படிக்க வேணாம். சாலங்கோட்டு (தாத்தா ஊர்) ஸ்கூல்லெ படிச்சா போதும்.'

ஊருக்கு மாற்றல் வாங்க மனுபோட முடிவு செய்து மேலும் கீழும் நடப்பேன். ஏராளமானவர்களுக்கு குட்மார்னிங் சொல்லி ரயில்வே தந்தியாப்பீஸுக்கு வருவேன். ராத்திரி ட்யூட்டி பார்த்த முனுசாமி காத்திருப்பான். முனுசாமியின் ட்யூட்டியில் எப்போதும் லைன் இன்ட்டரப்டட் ஆகிவிடும். வேண்டுமென்றே திருப்பி முடுக்கப்பட்ட

ஸ்க்ரூக்களின் ரகசியம் யாருக்குத் தெரியாது. தெரிந்தாலும் தெரியாத மாதிரி நடிக்க வேண்டும். காரணம், முனுசாமி ஒரு ரட்சகன். முனுசாமி காப்பாற்றுகிறவர்களின் பெயர் விபரங்கள் அவன் எப்போதும் கையில் வைத்திருக்கும் சின்ன நோட்டுப் புத்தகத்தில் இருக்கும். காலையில் நான் ட்யூட்டிக்கு வரும் போது முனுசாமி வட்டிக்கணக்குகள் எழுதி முடித்திருப்பான்.

'எல்லாத்தெயும் கொஞ்சம் பாத்துக்கோ, ப்ரதர். ராத்திரியிலெ ஒண்ணும் முடியலெ.'

மலைபோல் குவிந்திருக்கும் தகவல்கள் ஒவ்வொன்றாக அடித்து முடிப்பதற்குள் புதியவைகள் வந்து சேரும். ஸ்லீப்பரில் நூற்றிரண்டு மீல்ஸ், ஃபஸ்ட் கிளாஸில் சிக்கன் கறி ரைஸ், ஏ.ஸி.யில் நாலு சோட்டா ஃபஸ்ட் ஏ.ஸி.யில் அஞ்சு V.I.P., மீல்ஸ். ரிப்பீட், ஃபஸ்ட். etc.,

பார்லிமெண்ட் உறுப்பினர் ஸ்ரீதரனுக்கு சர்க்கரை போடாத இரண்டு கப் தேனீர். இரண்டு ஹஃபாப் பாயில்டு முட்டை. நான் பிலாஸபி பி.ஏ. பரீட்சைக்குப் படித்துக் கொண்டிருந்தபோது புத்தகத்தைப் பிடுங்கித் தூக்கியெறிந்து பிக்கெட்டிங்க்கு என்னை இழுத்துச் சென்ற ஸ்ரீதரன் அடுத்த வண்டியில் எம்.பி.யாக வருகிறான்! சென்ட்ரல் ஜெயிலில் கறுப்பு வெள்ளை வரிகளுள்ள ஜமுக்காளத்தில் படுத்தபடி கீதோப தேசம் நடத்திய ஸ்ரீதரனைப் பார்த்து ஒரு வார்த்தை சொன்னாலென்ன? டேய், ஸ்ரீதர், எனக்கு ஒரு முப்பது ரூபாய் உதைக்கிறது. அது சரி, இதென்ன குறுகிய மனப்பான்மை? ஸ்ரீதரன் எத்தனையோ பேரின் குறைகளைத் தீர்க்கத்தானே செய்கிறான்? போகட்டும், இதெல்லாம் யோசிக்கிற நேரமல்ல இது. ப்யூன் காத்துக் கொண்டிருக்கிறான். அந்த ஆளின் அவசரம் புரிகிறது. போகட்டும், இதெல்லாம் யோசிக்கிற நேரமல்ல இது. ப்யூன் காத்துக் கொண்டிருக்கிறான். அந்த ஆளின் அவசரம் புரிகிறது. தகவல்கள் சீக்கிரம் ரிப்ரஷ்மெண்ட் மேனேஜருக்கு அனுப்பினால் இலவச டீயும் பிஸ்கெட்டும் கிடைக்கும். ப்யூனுக்கு மட்டுமல்ல, தனக்கும் தான்.

முடிந்தளவு பாடுபட்டு வேலை செய்து திருப்தியுடன் ட்யூட்டி முடித்து வீடு திரும்புவான் இவன். பழைய நகைப் பெட்டியிலிருந்து அடகு வைத்து ஏலம் விடப்பட்ட நகைகளின் காலாவதியான அடகு ரசீதுகளை யெடுத்து எண்ணிப் பார்க்கிறாள் மனைவி. ஒரு கறுப்புக் கயிற்றில் கட்டிய தாலி இதயத்துடிப்புக்கேற்றபடி கண் சிமிட்டுகிறது. நகைப் பெட்டியின் அழகை ரசிக்கும் இளைய மகள் தொடர்ந்து இருமுகிறாள்.

இருமலின் காரணமென்னவென்று அவன் யோசிக்கிறான். இருமலுக்குக் காரணம் ஃப்ளெம் என்றார் டாக்டர். ஃப்ளெம்

உருவாக எத்தனையோ காரணங்கள் இருக்கலாம். நுரையீரலின் சக்தியின்மை. வேண்டியளவு வைட்டமின் ஏயும் டியும் இல்லை. நியுட்ரிஷன் என்ற ஆடம்பரம் மிகக் குறைவு. அலர்ஜியாகவும் இருக்கலாம். அதனால் தான் ஸ்பாஸம் உண்டாகிறது. எப்படியாவது போகட்டும். இருமல் எப்படியோ வந்துவிட்டதே. இனிமேல் மருந்து கொடுக்கத்தான் வேண்டும். பெனாட்ரில், க்ளைக்கோடின் என்று எத்தனை விதமான எக்ஸ்பெக்டாரெண்டுகள்! இதில் ஏதாவது ஒன்றை வாங்கிக் கொடுக்கவேண்டும். இதெல்லாம் கொடுக்காவிட்டாலும் ஒன்றும் ஆகிவிடாது. இவளுடைய அம்மா என்கிற அற்புதப் பிறவியைப் பார்த்து ஆறுதல் கொள்ளலாம்.

அமெரிக்காவில் ஆறு கிராம் ஹீமோக்ளோபின் இல்லை என்றால் ஒரு பெண்மணி உயிரோடு இருப்பது சந்தேகம் என்பார்கள். இவளோ வெறும் ஏழு கிராம் வைத்துக் கொண்டு வாழ்ந்தாள். கணவனுடன் கூடினாள். பிள்ளை பெற்றாள். பாலூட்டினாள். இரவு பகல் பாராமல் பாடுபட்டாள். கண்ணீர் சிந்தினாள். இன்னமும் வாழ்ந்து கொண்டிருக்கிறாள்.

மேஜை ட்ராயரிலிருந்து அவன் ஒரு வெள்ளைத்தாளை வெளியே எடுத்தான். ஊருக்கு இடம் மாற்றம் கோருவதற்கான காரணங்களைப் பற்றி யோசித்தான். பிழைப்பதற்கு என்ற ஒரே ஒரு காரணம் காட்டினால் கூடப் போதும். ஆனால் அது அவர்களுக்குப் புரியாது.

ஐ பெக் ஸப்மிட் தி ஃபாலோயிங்...

அந்தப் பழைய வாக்கியம். ஐ பெக் என்றே எழுத வேண்டுமா? அது பழைய அர்த்தம். தற்போது இங்கே அர்த்தங்கள் மாறியிருக்கின்றன. ஒரு புதிய அகராதியே என்னால் எழுத முடியும்.

பெக் - ஆதரவற்ற சொற்ப சம்பளக்காரன் தன் முக்கிய தேவைகளை மேலதிகாரிக்குப் புரிய வைக்க உபயோகிக்கும் அர்த்தமற்ற வார்த்தை.

ஃப்ளெம் - பிழைப்புக்காக ஊரை விட்டு கஷ்டமான சூழலில் வாழும் பாமரமக்களுக்கும் அவர்களின் மனைவி மக்களுக்கும் நுரையீரலின் குழாய்களில் உருவாகக் கூடிய ஒரு விதமான பசை.

மனிதன் - வளர்ச்சியடையாத சுதந்திர நாடுகளில் ஆச்சரியப்படும் வகையில் வாழ்ந்து சாதிக்கும் ஒரு பாலூட்டும் பிராணி. ஹோமோ ஸேப்பியன்ஸ் என்ற ஸ்பீஷிஸில் உட்படுத்தக் கூடிய இவைக்கு உறவுகள் என்ற வலையைப் பின்னி அதில் தானாகவே சிக்கிக் கொண்டு இறக்கும் சுபாவமுண்டு.

எதிர்பாராமல் மிகச் சன்னமான குரலில் மனைவி கேட்டாள்: 'இதெப் பாத்தீங்களா?'

வெளுத்துப் போன அவளின் முழங்கையை அவனுக்கு நேராக நீட்டி னாள். அவனுக்கு ஒன்றும் புரியவில்லை.

'கையிலெ இந்த அடையாளத்தெப் பாருங்க. முள்வேலிக்கடியிலெ நுழைஞ்சு யாருக்கும் தெரியாம நான் கடிதாசு தந்தப்போ...'

அவன் கண்ணிமைக்காமல் பார்த்துக் கொண்டிருந்தான். என்ன முள்வேலி? என்ன கடிதாசு?

'என்ன நீ சொல்றே?'

பதிலேதுமில்லை. அவள் அவன் முகத்தையே உற்றுப் பார்த்தாள். பேசவேயில்லை. அவள் கண்களின் கருமணிகளை வெள்ளையாக்கி ஒரு புதிய பிரகாசம் படர்வதாய் அவனுக்குத் தோன்றியது. இவளுக்கு என்ன ஆச்சு? கொஞ்சம் கூடப் புரிந்துகொள்ள முடியாத ஏதோ ஒன்று சொன்னாளே.

சின்னப்பெண் சினிமா சஞ்சிகையைத் திருப்பி வைத்து - சுவாரஸ்யத் துடன் அம்மா முகத்தையே பார்த்துக் கொண்டிருந்தாள். மகன் தன் கணக்கு நோட்டை மூடி வைத்தான். மனைவியிடம் அவன் சொன்னான்:

'நான் கணக்குப் போட்டுக் கொண்டிருந்தேன்.'

அவன் மனைவி அதைக் கேட்காத மாதிரி அவசரமாக எழுந்து, தோளிலிருந்து நழுவிய புடைவையை சரிசெய்யக்கூட முயற்சி செய்யாமல் கட்டிலின் மேல் ஏறி நின்றாள். ஈரமான ஒரு புன்னகையுடன் அவனையும் குழந்தைகளையும் மாறி மாறிப் பார்த்தாள். முகம் இருண்டு விட்டது. அவனையும் குழந்தைகளையும் பயப்படுத்துவது போல கண்களை உருட்டிக் காட்டினாள். கைவிரல்களை விரித்து வளைத்து நாக்கை நீட்டி ஒருமுறை குதித்தாள். அவனும் குழந்தைகளும் பயப் படுகிறார்கள் என்பதைப் பார்த்து கட்டுப்பாடற்று உரக்கச் சிரித்தாள். சிரிப்பொலி அந்த அறை முழுதும் நிறைந்து பொங்கியபோது அவள் சட்டென்று கட்டிலிலிருந்து தரைக்குக் குதித்தாள். சிரிப்பு நின்றது. அவள் தன்னை மறந்து உடலெங்கும் நடுங்குவது போலிருந்தது. இரண்டு நொடி அவள் ஏதோ சத்தத்தைக் கேட்பது போல காதைத் தீட்டினாள். பிறகு குனிந்து கட்டிலுக்கடியில் நுழைந்தாள். சுவரோடு சாய்ந்து ஒளிந்திருந்தாள்.

குழந்தைகள் குனிந்து கட்டிலுக்கடியில் பார்த்தனர். சிரித்துக் கொண்டு சொன்னார்கள்:

‘அம்மா ஒளிச்சு விளையாடறாங்க’

வெளியே நிலவு மறைந்திருக்கிறது. தூக்கம் முறிந்துபோன இரவின் பெருமூச்சு, ஒரு பைத்தியம் பிடித்த காற்றாக ஜன்னலைத் தாண்டி வந்தது. மேஜை மீதிருந்த காகிதம் துடித்தெழுந்துத் தரையில் விழுந்தது. எல்லா கணைக்கும் மறந்துவிட்டு வியர்வையில் குளித்து அகல விரிந்த கண்களுடன் அவள் பார்த்தபடி இருந்தாள்.

புதிய வியாதிகளும் சிகிச்சை முறைகளும்.

எதிர்பாராமல், நினைவுகளில் திடுக்கிடச் செய்யும். அலறல் சத்தம் ஒன்று பொங்கி வந்தது. விரல்கள் அற்றுப்போய் ரத்தம் சிந்தும் வலது கையை இடது கையால் தாங்கியபடி தளர்ந்துவிழும் சுதாகரனின் முகம் மனத்தில் வியாபித்து நிற்கிறது.

இது தேவையில்லைதான். எல்லா விதத்திலும் ரம்மியமான இந்த விடியற்காலையில் இப்படிப்பட்ட விஷயத்தை மனைவி சதி, சொல்லியிருக்க வேண்டியதில்லை. சுதாகரனிடம் இதுவரைக்கும் தோன்றாத அனுதாபம் சதிக்கு இப்போது உண்டாகக் காரணம் என்ன வாயிருக்குமென்று எவ்வளவு யோசித்தும் புரிந்துகொள்ள முடியவில்லை.

தொலைவில், ஆபீஸ் குவார்ட்டர்ஸுக்கு மேலே, விடிகின்ற வானம் சிவந்துகொண்டிருந்தது. காலை நடைக்காகக் கிளம்பிய அடிஷனல் டெப்புட்டி ஜி.எம்.சதுர்வேதி, நான்காவது குறுக்குத் தெருவின் வளைவுக்கு வந்துவிட்டார். அவரின் பனியனும் நிஜாரும் விளம்பரப் படத்திலுள்ளது போலவே அசாதாரண மென்மையுடையதாகப் பட்டது. பர்ஸனல் மேனேஜர் சேஷாத்ரியும் அவரின் பி.ஏ.தாமஸ் சாரும் மிகவும் முன்னதாகவே ஷட்டில் கோர்ட்டுக்கு வந்துவிட்டனர். கொத்துக் கொத்தாகப் பூத்து நின்ற வாகை மரங்களிலிருந்து பொழியும் குருவிகளின் ஓசையைக் கேட்டபடி ராகவன் காலை பேப்பர்காரனை எதிர்பார்த்து நின்றுகொண்டிருந்தான். நேற்று இரவு செய்தியில் போனஸ்ஸைப் பற்றி சின்னதாகக் குறிப்பிட்டிருந்தார்கள். பேப்பரில் கூடுதலான தகவல்கள் கிடைக்கக் கூடும். அப்படிக் காத்து நிற்கையில் பேப்பரைப் பார்க்க ஆவல் அதிகமாயிற்று. அப்போதுதான் சதி கதவருகில் வந்து நின்றாள். புதிய சைனா சில்க் புடைவையை முதன்

முதலாக கட்டிக் கொண்டு தன் அழகைக் காண்பிக்க வந்தாளோ என்று தான் எண்ணினான். முற்றத்துக்கு இறங்கிவந்து குரலை அடக்கிக் கொண்டு சதி சொன்னாள்:

'என்ன இருந்தாலும் அந்த சுதாகரனோட நிலைமையெ நெனச்சா கஷ்டமாத்தான் இருக்கு. எத்தனெ நாள்தான் ஆஸ்பத்திரியிலேயே செலவழிப்பார். நீங்க போயி பாத்துட்டு வரலாமில்லெ?'

காலையிலேயே குளித்து பொட்டு வைத்து புதிய புடைவையும் உடுத்திவந்து அவள் இப்படிப் பேச என்ன காரணம் என்று யோசித்து ஒரு நிமிடம் அப்படியே நின்று விட்டான். கண்கள் தனையறியாமல் பக்கத்து குவார்ட்டர்ஸின் முற்றத்துக்குச் சென்றது. சுதாகரனின் குவார்ட்டர்ஸ். ஒரு பந்து அந்த முற்றத்தில் அனாதையாய்க் கிடந்தது. நேற்றும் அது அங்கேதான் இருந்தது என்று ஞாபகத்துக்கு வந்தது.

'மனுஷனோட விஷயம்தானே? ஒண்ணொன்னு. எப்போ வந்து சேரும்னு யார் கண்டா? எல்லாம் ஒவ்வொருத்தர் தலையெழுத்துதான்.'

ராகவனுக்கு அப்போது அப்படித்தான் சொல்லத் தோன்றியது.

'அப்படித் தலையெழுத்துன்னு சொன்னா எப்படி? இன்னிக்கு லீவு கெடச்சிருக்கு. இன்னிக்கே போய்ப்பாருங்க... தள்ளிப் போடாதீங்க.'

சமையலறைக்குச் செல்லும் முன், சதி அதையும் சொல்லிச் சென்றாள்.

சதிக்கு சுதாகரன் மீது பயங்கர வெறுப்பென்று தானே இத்தனை நாள் வரை நினைத்திருந்தான். சுதாகரனிடம் ரொம்ப சிநேகிதம் வைத்துக் கொள்ள வேண்டாமென்று இவனிடம் எத்தனையோ முறை சதியே சொல்லியிருக்கிறாள். பக்கத்து வீட்டுக் குடும்பத் தலைவன் எத்தனையோ வாரமாக மருத்துவமனையிலிருக்கிறாரென்றும் அங்கே அவர் மனைவி ஸ்ரீதேவியும் நாலு பிள்ளைகளும் வயதான அம்மாவும் ஆதரவற்று வாழ்கிறார்கள் என்றெல்லாம் புதிதாக இப்போது தெரிந்து கொண்டது போலல்லவா இவள் சொல்கிறாள். இன்றைக்கே போய் பார்த்து வரவேண்டுமாம்.

ராகவனுக்கு பெரும் குற்ற உணர்வு தோன்றியது. இரண்டு வாரமாக வெளிநாட்டிலிருந்து வந்த நிபுணர்களுடன் சுற்றிக் கொண்டிருந்தான். அதற்கு முந்தைய வாரம் ஒரே கான்பரன்ஸுகளும் பயணங்களும். இந்த அளவு அலைச்சல் இதற்குமுன் ஒருபோதும் இருந்ததில்லை. இடையில் ஒன்றிரண்டு முறை சுதாகரனைப் பற்றி யோசிக்கவும் செய்தான். ஒருமுறை B செக்ஷன் வெல்ஃபேர் பார்க்கும் பி.கெ.பிள்ளையிடம் சுதாகரனின் நலனை விசாரிக்கலாம் என்று எண்ணத்தான் செய்தான்.

பிறகு வேண்டாமென்று விட்டுவிட்டான். என்ன கேட்டாலும் தவறுதலாக எடுக்கவும் தவறாகச் சிந்திக்க வைக்கவும் செய்யும் சுபாவ முள்ளவர். பதில் சொல்வதற்கு பதிலாக கேள்விக்கணைகளைத் தொடுத்துவிடுவார் அவர். அதுவும் உயர் மட்டத்திலுள்ளவர்களின் கைவசமுள்ள கறுப்புப்பட்டியலில் பெயர் சேர்க்கப்பட்ட சுதாகரனைப் பற்றி விசாரித்தால் சொல்லவும் வேண்டாம்.

ராகவன் வருத்தத்தோடு யோசித்தான். எவ்வளவு சீக்கிரம் எல்லா வற்றையும் எல்லோரும் மறந்துவிடுகிறார்கள். சென்ற ஒரு மாதமாக யாருமே சுதாகரனின் பெயரைக் கூட சொல்லக் கேட்டதில்லை.

பளபளக்கும் கண்களும் ஒருபோதும் பளபளக்காத முகமுமாக ஒரு திஜ்வாலையைப் போலப் பொலிவுடன் நின்ற இளைஞன். பலவருஷங் களுக்கு முன் எல்லா உதடுகளிலும் அவன் பெயர் தொற்றி நின்ற ஒரு நாள் இருந்தது. அந்த நிறுவனத்தின் மத்திய அலுவலகத்திலும் எல்லா தொழிற்கூடங்களிலும் நிம்மதியின்மையின் அலைகள் பொங்கி யெழுந்த ஒரு நாள். நிறுவனத்தை முன்னேற்றப் பாதையில் கொண்டு செல்ல உறுதி பூண்டு வந்த புதிய ஜெனரல் மேனேஜர் தான் அந்த நாளின் கதாநாயகன். சுதாகரன் அதற்கு எதிர்மறையான கதாபாத்திரம்.

புதிய ஜி.எம். கற்பனை செய்த முன்னேற்றத்தின் முதல் கட்ட என்ற நிலையில் புதிதாக ஒரு யூனிட்டைத் திறந்து வைத்த நாள். கூடுதலாக உறுப்பினர் இல்லாத ஒரு யூனியனின் செக்ரட்டரியான சுதாகரன் ஏற்கெனவே ஒரு நோட்டீஸ் அச்சடித்து வெளியிட்டு இருந்தான். எல்லா இயந்திரங்களிலும் அவற்றில் வேலை செய்பவர்களின் பாதுகாப்பை உறுதி செய்ய ஸேஃப்டி கார்டுகள் மாட்டி வைக்கவேண்டும் என்பது முக்கியமான கோரிக்கை. யூனிட் வேலையை ஆரம்பிக்கட்டும். அதன்பிறகு ஸேஃப்டி கார்டைப் பற்றி யோசிக்கலாம் என்று மேனேஜ் மென்ட் உறுதியளித்தது. இந்த உறுதியின் பேரில் மற்ற யூனியன்கள் அடங்கிப் போன போதும் சுதாகரன் விட்டுக் கொடுக்கவில்லை. பதற்றம் நிறைந்த சூழ்நிலையில் புதிய யூனிட்டின் திறப்புவிழா முன்னர் தீர்மானித்த நாளிலேயே நடக்குமென்று ஜி.எம். அறிவித்தார். அன்று காலை முக்கிய விருந்தினர் நுழையவேண்டிய கேட்டுக்குப் பக்கத்தில் சுதாகரனின் ஆதரவாளர்கள் ஒரு பந்தல்கட்டி கோஷம் போட்டார்கள். ஆனால், முக்கிய விருந்தினரின் கார் கேட்டை நெருங்கிய போது எதிர்பாராமல் சுதாகரன் முன்னால் வந்து அதை வழிமறித்துப் படுத்தான் ஒருமுறை குலுங்கியபடி கார் நின்றது.

கண்கள் இமைமூட மறந்த நிமிடங்கள் அவை. அனைத்து நெஞ்சங் களிலும் உறுதியின்மையின் பெருமூச்சு நிறைந்தது. பங்குனி மாதத்தின் கொதிக்கும்வானம் நுரையீரலுக்குள் உறுமலுடன் நுழைந்தது.

இரண்டு போலீஸ்காரர்கள் சுதாகரனின் தலைமாட்டிலும் கால் பக்கமும் வந்து நின்றனர். அவர்கள் சுதாகரனை அப்படியே தூக்கியெடுத்தனர். அப்போதைக்கும் சுதாகரனின் இடத்தில் வேறு பத்துபேர் வந்து படுத்துவிட்டனர். போலீஸ்காரர்கள் லட்டியை வீசத் தொடங்கினர்.

முக்கிய விருந்தினர் காரிலிருந்து இறங்கி விஷயம் என்னவென்று விசாரித்தார். பக்கத்தில் நின்றிருந்த ஜி.எம்மிடம் கொஞ்சநேரம் என்னமோ குசுகுசுத்தார். ஒரு மாதத்திற்குள் இயந்திரங்களில் பாதுகாப்பு கவசங்கள் மாட்டப்பட்டன. ஜி.எம்முக்கு வேண்டியவன் ஒருத் தனுக்குத்தான் அந்த கான்ட்ராக்ட் கிடைத்தது என்பது பலபேருக்குத் தெரியாது. ராகவனுக்குத் தெரிந்திருந்தும் யாரிடமும் செல்லவில்லை. தன் கடமையுணர்வும் நியாய உணர்வும் காரணமா இதை யாரிடமும் சொல்லாதிருந்தான். அலுவலக ரகசியங்கள் வெளியே சொல்லக் கூடாதல்லவா. ஜி.எம்மின் சொந்தக்காரன் தயாரித்த பாதுகாப்பு அவன் கவசங்கள் குறையற்றவையல்ல. ஆனால் அவற்றால் ஆபத்து நேரும் என்று சொல்லமுடியாதல்லவா. மிகவும் சிறந்த பாதுகாப்பு ஏற்பாடு என்பது எப்போதும் ஜாக்கிரதையாக இருக்கும் மனிதன் மட்டுமே. மேனேஜ்மென்ட் வெளியிட்ட போஸ்ட்டர்களில் இதை அழகாக எடுத்துச் சொல்லியிருக்கிறார்கள். இயந்திரங்களல்ல அவற்றை இயக்கும் மனிதனின் விவேகம் தான் அவனின் பாதுகாப்புக்கு ஒரே வழி. இருந்தாலும் வலது கையின் நான்கு விரல்கள் அறுந்து போய் ஆஸ்பத்திரியில் படுத்திருக்கும் சுதாகரன் மீது குற்றம் காண ராகவனால் முடியவில்லை. யாரைக் குற்றம் கூறுவதென்று அவனுக்குப் புரியவும் இல்லை.

புதிய ஜி.எம். பல புதிய மாறுதல்களை உண்டுபண்ணி முன்னேறிக் கொண்டிருந்தார். விசிட்டர்ஸ் பார்லர் மிக அழகான கார்பெட்டு களாலும் சோபாக்களாலும் அலங்கரிக்கப்பட்டது. விசாலமான பூந்தோட்டங்கள் ஃபேக்டரிகளின் சூழலைக் கலையழகுடன் மிளிரச் செய்தது. தொழிலாளிகளின் ரிக்ரியேஷன் க்ளப்புகளுக்கு உதவித் தொகையளித்தார். வெளியே பட்டணமும் வளர்ந்தபடி இருந்தது. புதுப்புது ஷாப்பிங் காம்ப்ளெக்ஸ்களில் சுகவாழ்வின் தகவலை ஏந்தி மக்கள் இதுவரை பார்த்திராத பொருட்கள் வரிசையாகக் காட்சி யளித்தன. ஜி.எம். மனிதர்களின் மனதையறிந்தவர் என்று ராகவனுக்குப் பல சந்தர்ப்பங்களில் தோன்றியது. உற்பத்திக்கேற்ற இன்சென்டீவு களை அமுல்படுத்தினார் அவர். எல்லோருக்கும் புதிய உற்சாகமும் தெம்பும் வந்ததால் மனம் கிறங்கியது. ஒரு நாளில் நூறு இயந்திரபாகங் களைத் தயாரித்தவர்கள் இன்று இருநூறுக்கும் முன்னூறுக்கும் தாவினர். இரவு பகல் பாராது மெஷின்கள் இயங்கிக்கொண்டிருந்தன.

ஊழியர்களின் வீடுகளில் சமையலறைக் கருவிகள் இடம் பிடித்தன. தொழிற்சாலையின் சைக்கிள் ஸ்டேண்டில் சைக்கிள்கள் குறைந்து ஸ்கூட்டரும் பைக்கும் பெருகின.

மிக வேகமாக வேலை செய்வதற்கு பாதுகாப்புக் கவசங்கள் ஒரு தடையாகச் சிலருக்குத் தோன்ற ஆரம்பித்தது. பாஸ் புத்தகங்களில் எண்கள் ஏறிக் கொண்டிருந்தன.

சுதாகரன் பழைய சைக்கிளில்தான் வேலைக்கு வந்துகொண்டிருந்தான். பக்கத்திலுள்ள வீடுகளில் க்ரைண்டர்கள் மெதுவாக உறுமிக் கொண்டிருந்தபோதும் சுதாகரனின் மனைவி ஆட்டுக்கல்லிலேயே அரிசி அரைத்தாள். புதிய சௌகரியங்களின் பெருவெள்ளத்தில் சுதாகரன் தனியாக ஒதுக்கப்பட்டான். அதற்கிடையில்தான் நோயாளியான அவனுடைய அம்மா வந்து சேர்ந்தார்கள். மூத்தமகனான சுதாகரனுடன் தன் இறுதி நாட்களைச் செலவிடவேண்டுமென்று அம்மாவின் விருப்பம்.

சுதாகரனின் மனைவியான ஸ்ரீதேவியின் சங்கடங்களைப் பற்றி சதி பலமுறை பேசியிருக்கிறாள். சர்க்கரையும் காபி தூளும் சில சமயம் பணமும் கடன் வாங்க ஸ்ரீதேவி படியேறி வந்திருக்கிறாள்.

ஒரு சாயங்காலம் B செக்ஷனின் மெஷின் ரூமிலிருந்து சுதாகரனின் அலறல் சத்தம் கேட்டது. நிமிடங்களுக்குள் ஆம்புலன்ஸ் வந்தது. சுதாகரனை நிறுவனத்தின் மருத்துவமனைக்குக் கொண்டு போனார்கள்.

என்கொயரி நடந்தது.விசாரணை செய்தவர்கள் ஒரு விஷயம் கண்டு பிடித்தனர். சுதாகரன் பாதுகாப்புக் கவசத்தை அவிழ்த்து வைத்திருந்தான். நெடுநேரம் சிந்தித்த பிறகு நிபுணர்களால் இன்னொரு அனுமானமும் செய்ய முடிந்தது. விபத்தின் பிரத்யேக சுபாவத்தைப் பரிசீலனைச் செய்து பார்க்கையில் சுதாகரனின் கண் பார்வைக்கும் ஏதோ கோளாறு இருந்திருக்கலாம் என்று.

'இன்னைக்குப் பேப்பர் வராதுன்னுதான் தோணுது. வந்து ரெடியாகப் பாருங்க. ஆஸ்பத்திரிக்குப்

போகணுமில்லெ?'

சதி மீண்டும் ஞாபகப் படுத்தியதும் ராகவன் வீட்டுக்குள் சென்றான். அவசரமாகக் குளித்து காபி டிபன் முடித்தான். கிளம்புகையில் சதி சொன்னாள்:

'பாருங்க, இன்னொரு விஷயம். என்கிட்டெ கோவிச்சுக்க மாட்டீங்க, இல்லை?'

ராகவன் ஒன்றும் புரியாமல் விழித்து நிற்கையில் சதி ஒரு சின்னக் காகிதப் பொட்டலத்தை அவனிடம் நீட்டினாள்.

'ஸ்ரீதேவி நேத்திக்கும் வந்திருந்தா. இருநூறு ரூபா வேணுமாம். ரொம்ப அவசியம்னு சொன்னா. இங்கேயிருந்த காசை எடுத்துக் கொடுத்துட்டேன். ஒண்ணும் யோசிக்கலெ. ஸ்ரீதேவி கூடவே ரெண்டு வளையலையும் எடுத்துக்கிட்டுத்தான் வந்தா. இதை வித்துப்புட்டு நம்ம பணத்தையும் எடுத்து மீதியெ அவகிட்டெ குடுத்தா போதும்னு சொன்னா. கஷ்டப்படுற நேரத்திலெ நம்மாலெ முடியறதெச் செய்யணுமில்லெ? ஆஸ்பத்திரிக்குப் போகும் போதோ வரும்போதோ இதை எடைபோட்டு எவ்வளவு தேறும்னு தெரிஞ்சுக்கோங்க. எவ்வளவானாலும் அந்தத் தொகையெ பேங்கிலேர்ந்து எடுத்திட்டு வாங்க. வளையலெ அப்புறம் நாம உருக்கி வேறெ நகையா மாத்திக்கலாம். ஸ்ரீதேவிக்குத் தக்க சமயத்திலெ உதவி பண்ணின மாதிரியும் இருக்கும்.'

ராகவன் ஒன்றும் பேசாமல் பொட்டலத்தை வாங்கிக் கொண்டு வெளியே நடந்தான்.

ஆஸ்பத்திரிக்குப் போகும் வழியில் நகைக் கடைக்குப் போக வேண்டாம் என்று முடிவெடுத்தான். திரும்பி வரும் வழியில் செய்யலாமே. ராகவனுக்கு என்னமோ கொஞ்சம் கூட மனசு சரியில்லை எனத் தோன்றியது.

ஆஸ்பத்திரியின் பெரிய கேட்டைக் கடந்து செல்லுகையில் அவன் நினைத்தான். எத்தனை கம்பீரமான கட்டிடம். ஒரு விதத்தில் பார்த்தால் இந்த நிறுவனத்தில் வேலை செய்பவர்கள் கொடுத்து வைத்தவர்கள்தான். இங்குள்ள சிகிச்சை வசதிகள் வெளியே கிடைக்க ஆயிரக்கணக்கான ரூபாய் செலவு செய்ய வேண்டியிருக்கும். எவ்வளவு சிறிய தொகையை வசூல் செய்து இங்குள்ள ஊழியர்களுக்கு சிகிச்சை செய்கிறார்கள்!

சர்ஜரிவார்டுக்கு நடந்து செல்லும்போது ராகவனின் இதயத்துடிப்பு அதிகமாயிற்று. சுதாகரன் தன் பக்கத்து வீட்டுக்காரன். நண்பனென்று சொல்லமுடியாதென்றாலும் நெருங்கிய பழக்கமுள்ள ஆள்தான். இத்தனை நாளாக ஒரு முறை கூட சென்று விசாரிக்கவில்லையே! கொஞ்சம்கூட மனிதாபிமானமில்லாத அண்டைவீட்டுக்காரனல்லவா இவன் என்று சுதாகரன் கருதக்கூடுமல்லவா?

சர்ஜரி வார்டு அட்டெண்டர் சொல்லித்தான் தெரிந்தது சுதாகரனை ஸ்பெஷல் வார்டுக்கு மாற்றிவிட்டார்கள் என்று. நல்ல விஷயம்தான். ஸ்பெஷல் வார்டென்றால் எந்தத் தொந்தரவுமில்லை. ஒரு நோயாளிக்கு ஒரு அறை. நிம்மதியாக உட்கார்ந்து சுதாகரனிடம்

பேசலாம். விரல்கள் போனதால் கிடைக்கக்கூடிய நஷ்டஈடு சம்பந்தப் பட்ட சட்டங்கள் சுதாகரனுக்குத் தெரிந்திருக்காது.

அறையின் கதவு மூடியிருந்தது. சுதாகரன் தூங்குகிறானா? ராகவன் கதவை மெல்லத் தட்டினான். உள்ளேயிருந்து சுதாகரனின் குரல் கேட்டது:

'கதவு தாழ்ப்பாள் போடலெ.'

ராகவன் லேசாகத் தள்ளியதும் கதவு திறந்தது. விசாலமான அறை. ஒரு கட்டிலும் இரண்டு நாற்காலிகளும் இருந்தன. பெரிய ஜன்னல் திறந்த படியிருந்தது. ஜன்னலைப் பார்த்தபடி திருப்பிப் போட்ட நாற்காலியில் அமர்ந்திருக்கிறான் சுதாகரன். அறைக்குள் யார் வந்தது என்று திரும்பிப் பார்க்காமல் ஜன்னல் வழியாக வெளியே பார்த்துக் கொண்டிருந்தான். அப்படி உட்கார்ந்தது ராகவனைப் பதட்டப்பட வைத்தது. என்ன இருந்தாலும் ஒரு முறை திரும்பிப் பார்த்தாலென்ன? ஒரு வேளை யார் பெயரிலும் அக்கறை இல்லாமல் போயிருக்கக்கூடும். சுதாகரனுக் குள்ளும் அப்படி ஒரு மாற்றம் சம்பவிக்குமா? சாத்தியமில்லை. ஒரு நொடியில் சுதாகரன் பரவலாக உபயோகிக்கும் வாக்கியம் ஒன்று ராகவனின் மனதில் தோன்றியது.

'மற்றவர்களை ஒரு பொருட்டாக மதிப்பதிலிருந்துதான் ஒருவன் மனிதனாக வளர ஆரம்பிக்கிறான்.'

திரும்பிப் பார்க்கவில்லை என்ற சின்ன விஷயத்தை இவ்வளவு பெரிய வாக்கியத்துடன் சம்பந்தப்படுத்துவது சரியல்ல என்று ராகவனுக்குப் பட்டது. அவன் நேராகச் சென்று மற்ற நாற்காலியை சுதாகரனின் பக்கத்தில் இழுத்துப்போட்டு உட்கார்ந்தான். அப்போதுதான் இன்னொரு விஷயமும் புலப்பட்டது. சுதாகரன் கறுப்புக் கண்ணாடி அணிந்திருந்தான்.

'ரொம்ப நாளா வரணும்னு நெனச்சேன். முடியலெ தலைக்குமேலெ நூறு விஷயம், என்ன செய்ய...'

'அதெல்லாம் பரவாயில்லெ.'

சுதாகரனின் குரலில் வந்திருந்த மாற்றத்தைக் கவனிக்காமல் இருக்க முடியவில்லை. இவ்வளவு பக்கத்திலிருக்கும் சுதாகரனின் வாயி லிருந்துதான் அந்தக் குரல் புறப்பட்டு வந்ததென்று தோன்றவில்லை. மனதின் வெம்மை கொஞ்சம்கூட இல்லாத மரத்துப்போன வார்த்தைகள்.

'கையிலெ காயம் நல்லா ஆறிடுச்சா?'

'காயமெல்லாம் எப்பவோ ஆறிடுச்சு.'

திரும்பவும் நிசப்தம். ஜில்லென்ற வார்த்தைகள் விழுந்து உறைந்து போகும் நிசப்தம். இனி என்ன கேட்பதென்று ராகவன் யோசித்தான். கேட்பவை ஒன்றுக்கும் அர்த்தமில்லாமல் போகிறது என்று ஒரு கவலை ராகவனை அலட்டியது.

ஜன்னலுக்கு வெளியே ஒரு ஆலமரம் கொஞ்சம் தள்ளி நிழல் படர்த்தி நிற்கிறது. வெயில் அதிகமாகிக் கொண்டே வருகிறது. திரும்பிச் செல்லும் வழியில் நகைக்கடைக்குப் போக வேண்டும். மதியம் சாப்பாட்டுக்கு வீடு செல்லவேண்டும். வீட்டிலிருந்து சாப்பிட்டு எத்தனை நாளாகிறது.

கறுப்புக் கண்ணாடியணிந்து நிசப்தமாக அமர்ந்திருக்கும் சுதாகரனின் முகத்தைப் பார்த்தான் ராகவன். எண்ணெய் தேய்க்காத தலைமயிர் நெற்றியின்மேல் விழுந்துகிடக்கிறது. அந்த முகத்திலுள்ள உணர்ச்சி என்னவென்று ராகவனால் புரிந்துகொள்ள முடியவில்லை. சட்டென்று வெளியில் எழும்பிய காற்று ஆலமரத்தின் இலைகளினூடே சலசலத்தது. சுதாகரனின் முடி நெற்றியிலிருந்து பறந்துயர்ந்தது. ராகவன் கேட்டான்:

‘கண்ணிலெ என்ன வியாதின்னு சொன்னாங்க?’

‘இப்பொ வியாதியெல்லாம் குணமாயிடுச்சு.’

காற்றில் படபடக்கும் ஆலிலைகளின் ஓசையுடன் சுதாகரனின் வார்த்தை களும் வெளியிலிருந்து வருகிறதென்று ராகவனுக்குத் தோன்றியது. முகத்தைத் திருப்பாமல் சுதாகரன் சொல்லிக்கொண்டிருந்தான்:

‘எனக்கு ஏனோ, ஒண்ணும் பேசணும்னு தோணலெ. இப்பவெல்லாம் இதுமாதிரி அந்தி மாலையிலெ சும்மா இப்படித் தனியா உட்காரத்தான் தோணுது. கூடுதலா இருட்டறதுக்குள்ளே கிளம்புங்க, ராகவன்.’

அந்தி மாலையா? சுதாகரனின் பார்வை?

ராகவனின் மனதில் மழைமேகங்களின்றியே இடி இடித்தது. வெளியே சுட்டுக் கொண்டிருந்த வெயிலின் கடுமையைப் பார்க்க ராகவனுக்குக் கண் கூசியது.

‘அப்பொ சரி’ என்றான்.

ராகவன் மெதுவாக எழுந்து வெளியே நடந்தான். திரும்பிப் பார்க்க வேண்டாமென்று நினைத்தும்கூட தன்னையறியாமல் திரும்பிப் பார்த்தான். சர்ஜரி வார்டுக்குச் செல்லும் தாழ்வாரத்தில் இருள் பதிந்து தேங்கியிருந்தது.

எண்களில் எழுதினால்

எட்டு வருஷங்களுக்கு முன் நடந்த விஷயமிது. அந்தக்காலத்தில் நான் தமிழ்நாட்டிலிருந்தேன். வடஆற்காடு மாவட்டத்தில் ஒரு கிராமத்தில் ரெயில்வே ஸ்டேஷன் மாஸ்டராக வேலை பார்த்துக் கொண்டிருந்தேன். சின்ன ஸ்டேஷன். அதைச் சார்ந்துள்ள பழைய குவார்ட்டர்ஸை விட்டால் பக்கத்தில் வேறு வீடுகளேயில்லை. ஸ்டேஷனின் எதிர்ப் பக்கத்தில் நரைத்துப்போன மண் கிளறிக் கிடந்தபடியுள்ள கட்டாந்தரை. மரங்களெனச் சொல்ல பேருக்குச் சில பனைமரங்கள். இவைகளுக் கிடையிலாகச் செல்லும் மண் ரோடு ஒரு மொட்டைக் குன்றை வலம் வைத்துக் காணாமல் போகிறது. குவார்ட்டர்ஸுக்குப் பின்னால் நாலு கிலோமீட்டர் தூரம் சென்றால் பெயர்பெற்ற பாலாற்றின் கரையை வந்தடையலாம். பாலாற்றில் ஆண்டில் ஐந்தாறு நாட்கள் தான் தண்ணீர் பாயும். மீதமுள்ள நாட்களெல்லாம் கொதிக்கும் மணலில் கானல் நீர் அலைமோதும்.

கிராமம் கொஞ்சம் தொலைவில் தானிருந்தது. பஞ்சாயத்து ரோடு தண்டவாளங்களைத் தாண்டி கிராமத்துக்குச் செல்கிறது. இப்படித் தாண்டுமிடத்தில் ஒரு லெவல் க்ராஸிங் இருந்தது. வெள்ளைச் சாயம் பூசிய கேட்டுகள் எப்போதும் பூட்டித்தானிருக்கும். எப்போதாவது திறந்தால் திரும்ப பூட்டிவிட்டுச் சாவியை ஸ்டேஷன் மாஸ்டரிடம் ஒப்படைக்க வேண்டியது போர்ட்டரின் கடமை. இரவில் பரிபூரண அமைதியான நேரத்தில் ஏதாவது மாட்டுவண்டிக்காரனின் குரல் ஒரு கூக்குரலாகக் கேட்கும். விழித்துக்கொண்டிருக்கும் ஸ்டேஷன் மாஸ்ட ருக்குத்தான் முதலில் இந்தக் குரல் கேட்கும். அந்தக் குரலைத் தொடர்ந்து உடனே மொட்டைக் குன்று இன்னொரு கூக்குரலாக எதிரொலிக்கும். ஸ்டேஷன் மாஸ்டர் தூங்கிக் கொண்டிருக்கும்

போர்ட்டரை எழுப்பி சாவியைக் கொடுத்தனுப்புவார். இதற்குள் வண்டிக்காரனும் குன்றும் இரண்டு முறை அந்தக் கூக்குரலை எழுப்பியிருப்பார்கள். ஆனால், உடனடியாக ரயிலொன்றும் அந்த வழியாகப் போகப் போவதில்லை என்று உறுதி செய்த பின்பு தானே சாவியைக் கொடுத்தனுப்ப முடியும்.'

பழனிச்சாமியை நான் முதன்முதலில் சந்திக்கச் சந்தர்ப்பம் ஏற்பட்டது அந்த 'கேட்டி'னால்தான்.

ஆடிமாத மேகங்கள் வானமெங்கும் மூடிய ஓர் இரவு. அர்த்த ஜாமத்துக்குப் பிறகுதான் மழைபெய்ய ஆரம்பித்தது. கதவின் கண்ணாடிக்கு வெளியே மொட்டைக் குன்றின் உச்சியில் மின்னல் கீற்றுகள் பளிச்சிடுவதைப் பார்த்துக் கொண்டு ரொம்ப நேரம் உட்கார்ந்திருந்தேன். மழை ஒரு ஈடு பெய்து அடங்கியதும் திறந்த ஜன்னல் வழியாக ஈரமான மண்ணின் வாடை வேகமாக உள்ளே நுழைந்து வந்தது. வெயிட்டிங் ரூமில் போர்ட்டர் காசி படுத்துத் தூங்கிக் கொண்டிருந்தான். பெங்களூரிலுள்ள செகண்ட் ஹேண்டு மார்க் கெட்டிலிருந்து வாங்கிய ஒரு பெரிய கம்பளக் கோட்டுக்குள்ளேயிருந்து அவனுடைய லேசான குரட்டை ஒலி கேட்டுக் கொண்டிருந்தது. எங்கள் ஊரின் மழைக்காலத்தை நினைத்துக் கொண்டு ஈரமான மண்ணின் வாசத்தை இழுத்து முகர்ந்தேன். நேரம் ஒன்றரை மணி. பெங்களூர் மெயில் வரவேண்டிய நேரமாயிற்று. பக்கத்து ஸ்டேஷனிலிருந்து எந்த நேரமும் அவர்கள் கூப்பிடலாம். இருந்தாலும் கதவைத் திறந்து ப்ளாட் பாரத்துக்கு வந்தேன். மெர்க்குரி லைட்டின் வெளிச்சம் ப்ளாட்பாரத்தின் கடைசி விளிம்பில் முடிகிறது. அதற்கப்பால் இருட்டின் அமைதிக்கடல். குளிர்காற்று. மண்ணின் மணம். ஆடி மாத மேகக் கூட்டங்களின் இடுக்குகளில் மின்னும் நட்சத்திரங்கள். சட்டென்று கேட்டிலிருந்து யாரோ கூப்பிட்டது போலிருந்தது. காதைத் தீட்டினேன். அதற்குள் ஆபீஸ் அறையிலிருந்து BLock மணியோசை கேட்டது. அவசரமாக உள்ளே வந்தேன். பெங்களூர் மெயிலுக்கு 'லைன்கிளியர்' கொடுத்தேன். கேபினுக்குக் கூப்பிட்டு சிக்னல் கொடுக்கச் சொன்னேன். மீண்டும் பிளாட்பாரத்துக்கு வந்தேன். மண்ணின் வாசத்தில் திளைக்க எனக்கு அவசரமாக இருந்தது.

இரண்டாவது முறையாக கேட்டிலிருந்து கூக்குரல் கேட்டது. படபடவென்று யாரோ ஓடிவரும் சத்தம். இருட்டிலிருந்து ஒருவன் ப்ளாட்பாரத்துக்கு ஓடி வந்தான், உயரம் குறைவான ஒரு கறுத்த மனிதன். என் முன்னால் வந்து நின்ற போது மிகவும் மூச்சு வாங்கிக் கொண்டிருந்தது அவனுக்கு. அவனின் சருமத்தில் கண்ட மினுமினுப்பு மழைத் தண்ணீராலா இல்லை வியர்வையாலா என்று தெரியவில்லை.

பரட்டைத் தலைமுடி பறந்தபடி இருந்தது. ஒரு துண்டை எடுத்து முகம் துடைத்து இரைக்கும் மூச்சைக் கட்டுப்படுத்தி அவன் சொன்னான்:

'சார், நான் பழனிச்சாமிங்க. கேட்டிலெ மாட்டுவண்டி நிக்கிது. சம்சாரத்துக்கு ரொம்ப சீரியஸா தெரியுது. கேட்டுக்கு கொஞ்சம் ஆளனுப்புறீங்களா?'

மூடிய கேட்டுக்கு அருகாமையில் மாட்டுவண்டியில் நோய்வாய்ப் பட்ட பெண். எந்த நிமிஷமும் பக்கத்து ஸ்டேஷனைத் தாண்டி பாய்ந்து வரக்கூடிய பெங்களூர் மெயில். பழனிச்சாமியின் பதற்றம் மிகுந்த முகம். நான் உரத்த குரலில் 'காசி! காசி!' என்று கூப்பிட்டேன். பிறகு பழனிச்சாமியிடம் கேட்டேன்:

'உங்க சம்சாரத்துக்கு என்ன செய்யுது?'

காசி வருகிறானா என்று பதற்றத்துடன் பார்த்துக் கொண்டிருக்கையில் பழனிச்சாமி சொன்னான்:

'முழுகாமலிருக்கா, சார். இது பத்தாவது மாசம்.'

நிறைமாத கர்ப்பிணி. நான் காசியை உலுக்கி எழுப்பினேன். கன்ட்ரோல் போனில் ரயிலின் நிலைமையை ஆராய்ந்தேன். பயப்படத் தேவையில்லை. வண்டி பக்கத்து ஸ்டேஷன் தாண்ட இனியும் நேரமிருக்கிறது. சிக்னலைத் திருப்பிப் போடலாம். நான் கன்ட்ரோல் போனில் பேசும்போதும் சாவியைக் காசியிடம் ஒப்படைக்கும் போதும் பழனிச்சாமி தொழுத கையோடு நின்று நிசப்தமாக வேண்டிக் கொண்டிருந்தான். காசி சாவியை வாங்கிக் கிளம்பியதும் அந்த ஆளும் இருட்டில் கரைந்து போனான்.

கேட்டைத் திறந்து மாட்டுவண்டியை விட்ட பிறகு காசி திரும்பி வந்தான். மீண்டும் மழைதூறத் தொடங்கியது. நான் சொன்னேன்: 'பாவம், அந்த வண்டியிலெ போறவங்கலெல்லாம் இந்த மழையிலெ...'

'நீங்க ஒண்ணு அவங்களாச்சு, மழையாச்சு', காசி கூறினான். பழனிச் சாமிக்கோ மனைவிக்கோ மழையல்ல, பூகம்பம் கூடப் பிரச்னையல்ல என்ற முகவுரையுடன் காசி பழனிச்சாமியைப் பற்றிய விபரங்கள் என்னிடம் கூறினான்.

'பழனிச்சாமி, ஆளு பாக்கறாப்பலெ அப்பாவியொண்ணுமில்ல. கெட்டிக்காரன். பாட்டன் வகையிலெ அவனுக்குத் தாராளமா நிலம் கெடச்சிருக்கு. சிவந்த தூசி மண்ணுள்ள வானம் பார்த்த பூமி. தண்ணி மட்டும் இல்லெ. தண்ணி கெடச்சா பொன் வளையவெக்க முடியும்னு

பழனிச்சாமிக்குத் தெரியும். அவன் அதுக்கான வழியைத் தேடிப் போனான். வேலூர்லெ இருக்கிற வெல்லமண்டி மொதலாளிங்க விவசாயிக்கு உதவி செய்ய எவ்வளவு கடன் வேணும்னாலும் கொடுப்பாங்க. பழனிச்சாமி போதிய அளவு கடன் வாங்கியிருக்கான். பெரிய கிணறு வெட்டினான். பம்ப் செட்டு வெச்சான். வானம் பார்த்த அவன் பூமி மாறியே போச்சு. ஆடிமாச மேகமூட்டம் போல கரும்பு நல்லா செழிப்பா அடர்த்தியா வளந்துச்சு. கடன் கொடுத்த வெல்ல மண்டிக் காரனுக்கு ஒரே ஒரு நிபந்தனைதான். தயாரிக்கற வெல்லம் பூராவும் அவனுக்குத்தான் கொடுக்கணுமாம், அவன் சொல்ற வெலைக்கு. பழனிச்சாமி நிறைய பணம் பண்ணினான். கூரையெல்லாம் ஓடு போட்டான். மாட்டு வண்டியும் வாங்கினான். பொண்டாட்டி கழுத்தில மஞ்சள் கயித்தோட ரெண்டு சவரன் செயின் மின்னிச்சு. போதாக் குறைக்கு போன பூஜைக்கு மாரியம்மன் கோயில்லெ சுண்ணாம்படிச்சதும் பெயிண்ட் பூசினதும் பழனிச்சாமியோட செலவில்தான். ஆனா, இப்பொ கொஞ்ச காலமா அவனுக்கு கஷ்டம்தான். கரும்பு விளைச்சல் சரியா இல்லை. அது மட்டும் காரணமில்லை. அவனோட தலைச்சம் புள்ளைக்கு ஏதோ பெரிய வியாதி வந்துடுச்சு. வேலூர் ஆஸ்பத்திரியிலெ எவ்வளவோ பணம் செலவு பண்ணினான். இருந்தாலும் அவன் எல்லாத்தையும் எப்படியோ தாக்குப் புடிச்சுடுவான். வண்டியிலேருந்து கத்துனானே? அது அவனோட மச்சான், மாணிக்கம். இப்போ மச்சானோட சேந்துதான் விவசாயம். கொஞ்சநாள் போனா ஓடு மாத்தி கான்க்ரிட் கூரை போட்டாலும் போடுவான். நாமெல்லாம் இந்த நேரங்கெட்ட நேரத்திலெ கண்ணெ முழிச்சு, ரயில் வண்டியெ ஓடவிட்டு...'

தூக்கம் வரும் வரை காசி பேசிக் கொண்டிருந்தான். மீண்டும் மழை பலமாகப் பெய்தது. பலப்பல வண்டிகள் குறுக்கும் நெடுக்கும் சென்றுவிட்டன. இரவு ட்யூட்டி முடித்து மனிதனின் ஜீரணித்துப்போன சக்கையாய் மாறிய நான் தூக்கத்தின் மறுபிறவியில் மீண்டும் மனிதனாக மாறியபோது பழனிச்சாமியை மறந்தேன்.

ஒரு வாரம் சென்றிருக்கும். நான் ட்யூட்டியிலிருக்கையில் பழனிச்சாமி உள்ளே வந்தான். கறுத்த முகம் முழுதும் சிரிப்பின் பிரகாசம். கையில் ஐந்தாறு கரும்புத் துண்டுகள். நான் கேட்டேன்: 'தாயும் குழந்தையும்?'

'கடவுள் புண்ணியத்திலெயும் உங்க நல்ல மனசாலையும் தாயும் குழந்தையும் நல்லாருக்கு சார். ஆண் குழந்தை? 'அதனாலதானே இந்த சிரிப்பு.' 'சிரிப்பு மட்டுமில்ல சார். பாருங்க, கரும்பு கொண்டு வந்திருக்கேன். உங்க கொழந்தைங்க சாப்பிடட்டும்.'

நான் சிரித்தேன். என் மனைவியும் குழந்தைகளும் ஊரிலிருக்கிறார்கள் என்றேன். அதைக் கேட்டதும் பழனிச்சாமியின் சிரிப்பு மறைந்தது. தப்பு

செய்த தம்பியை வலி கலந்த வாஞ்சையோடு பார்க்கும் அண்ணனின் முகபாவம். ஒரு நிமிடத்துக்குப் பிறகு கடிந்து கொள்ளும் தோரணையில் பழனிச்சாமி சொன்னான்:

'கொஞ்சம் கூட நல்லாயில்லெ, சார். இது என்ன வாழ்க்கெ? ஊருக்குப்போயி சீக்கிரம் கூட்டிக்கிட்டு வந்திடுங்க.'

நான் மனதுக்குள் சொல்லிக்கொண்டேன், இது நான் மனமுவந்து செய்ததல்ல, பழனிச்சாமி.

கரும்பை ஒரு மூலையில் வைத்துவிட்டு பழனிச்சாமி சென்றான். அதிர்ஷ்டவசமாக இரண்டு நாளைக்குப் பிறகு எனக்கு லீவு கிடைத்தது. கரும்பை சின்ன துண்டுகளாக்கி பொட்டலம் கட்டினேன். ஊருக்குப் போயி குழந்தைகளுக்கும் மனைவிக்கும் கொடுத்தேன். பழனிச்சாமி கொடுத்தனுப்பியது என்றும் சொன்னேன். கரும்பைத் தின்னும் போது குழந்தைகள் பழனிச்சாமி என்று கூவிச் சிரித்தனர்.

திரும்பி வந்த பிறகு வெகு நாள்களுக்கு நான் பழனிச்சாமியை பார்க்க வில்லை. ஏதோ ஒரு மாலை வேளையில் தொலைவில் மாட்டுவண்டி ஓட்டிச் செல்வதைப் பார்த்தேன்.

இரண்டோ மூன்றோ மாதங்களாகியிருக்கும். ஆர்க்காட்டு இரவு களுக்குக் குளிர் ஏறிக்கொண்டே வந்தது. இரவு ட்யூட்டியில் காசி வெயிட்டிங் ரூமில் தூங்குவதை நிறுத்தினான். உள்ளே ஸ்டோர் ரூமின் மூலையில் படுத்தான். நான் எல்லா ஜன்னல்களையும் மூடிவைத்தேன். டிக்கெட் கவுன்டரின் ஷட்டரையும் மூடி வைத்தேன். இரவு மூன்றுமணி நெருங்க பயங்கர தூக்கம் வந்தது. தூங்கக்கூடாதென்று தெரியும். இருந்தாலும் மேஜை மீது தலை சாய்த்து அப்படியே படுத்தேன். திடீரென்று ஒரு மெல்லிய கூக்குரல் கேட்டது போலத் தோன்றிற்று. உன்னிப்பாகக் கவனித்தேன். பிரமையல்ல. வெளியே வெயிட்டிங் ரூமிலிருந்து ஒரு பெண் தேம்பியழும் சத்தம் கேட்டது. காசியைக் கூப்பிட்டாலென்ன என்று யோசித்தேன். அதற்குள் கவுண்டரின் ஷட்டரைத் தட்டும் ஓசை கேட்டது. ஷட்டரை நகர்த்தினேன். கவுன்டரின் இடுக்கில் இரண்டு பளபளக்கும் கண்கள். சத்தம் கேட்டு விழித்துக் கொண்ட காசியும் எழுந்து வந்தான்.

'சார், கொஞ்சம் கதவு திறங்க'-கவுன்டரிலிருந்து கோரிக்கை. காசி என்னிடம் ரகசியமாகச் சொன்னான்: 'பழனிச்சாமியோட மச்சான், மாணிக்கம்.

கதவையும் ஜன்னலையும் திறந்தேன். வெயிட்டிங் ரூமில் சுவற்றில் சாய்ந்து உட்கார்ந்தபடி ஒரு பெண் தேம்பிக் கொண்டிருந்தாள்.

அவ்வப்போது தலையாட்டுகிறாள். நரைத்த கொம்பு மீசையுள்ள ஒரு கிழவர் அவளைச் சமாதானப்படுத்திக்கொண்டிருந்தார். காசி மெது வாகச் சொன்னான்:

'பழனிச்சாமியோட சம்சாரம்' அந்த மீசை அவனோட அப்பா.'

கதவைத் தாண்டி வந்த மாணிக்கம் சொன்னான்: 'சார், பழனிச்சாமி நேத்தைக்கு காலைலெ வெல்லம் ஏத்தின வண்டியோட்டி பட்டணத்துக்குப் போனவன்தான். இன்னும் திரும்பி வரவேயில்ல. பழனிச்சாமி ஒருக்கா கூட இப்படித் திரும்பி வராமெ இருந்ததில்லெ. உசிரோட இருந்தா வீட்டுக்குத் திரும்பி வந்துதான் தூங்குவாரு.

என் அக்கா சாப்பிடவேயில்லெ. அவங்க சமாதானத்துக்காவது போன்லெ விசாரிங்க சார்.'

நான் யோசித்தேன். பாவம், இந்த ஏழைகள் நினைக்கிறார்கள், ரெயில்வே போனில் வெல்லமண்டி மொதலாளியைக் கூப்பிடலாம் எமன்று. இது வேலூர் டவுன் ரெயில்வே ஸ்டேஷனுக்குக்கூட கூப்பிட உதவாது. வேலூருக்குப் பக்கத்திலுள்ள காட்பாடி ஜங்ஷனுக்குத் தான் கூப்பிட முடியும்.

நான் காட்பாடி ஸ்டேஷன் மாஸ்டரைக் கூப்பிட்டேன். மனிதாபிமானம் கருதியாவது இந்த உதவி செய்யவேண்டுமென்று கெஞ்சிக் கேட்டேன். வெல்ல வியாபாரியின் பெயரும் விலாசமும் சொன்னேன். அதன் பிறகு ஒவ்வொரு முறை போன் மணியடிக்கும் போதும் பதிலை எதிர்பார்த்து பதற்றத்துடன் போனை எடுத்தேன். அப்போதெல்லாம் கவுன்டரின் இரும்பு வலையில் குங்குமம் பாதி கலைந்த ஒரு முகம் தென்பட்டது. விடியும் வரை எந்தத் தகவலும் கிடைக்கவில்லை.

கண்ணீரில் நனைந்த ஆடையுடன் இரவு போய்விட்டது.

பத்து மணியானதும் சேதி கிடைத்தது. பழனிச்சாமி யாருமில்லாத ஒரு கொட்டகையில் ஒரு கயிற்றில் தொங்கிக் கிடக்கிறான். போலீஸ் உறவினர்களைத் தேடிக் கொண்டிருக்கிறார்கள். சரக்கொன்றும் இல்லாத மாட்டு வண்டியொன்று மாட்டைப் பூட்டிய நிலையிலேயே ரோட்டோரமாக நிற்கிறது.

சாயங்காலம் குவார்ட்டர்ஸில் தனியாக இருக்கையில் காசி வந்தான். பழனிச்சாமியை யாரோ கொலை செய்திருக்கிறார்கள். மச்சான் மாணிக்கம் வேலூருக்குப் போயிருக்கிறார். கேஸ் போடுவதாக உத்தேசம். பணம் கடனாகக் கொடுத்த முதலாளிக்குப் பதிலாக வேறு யாருக்காவது வெல்லத்தை விற்க நினைத்தான் பழனிச்சாமி. அந்த ஆள்

பழைய விலைக்குத் தான் வாங்குவான். முதலும் வட்டியுமெல்லாம் கழித்தும் பழனிச்சாமி கடனில் மூழ்கத் தொடங்கும் நிலையிலிருந்தான். அதனால் உடன் பணம் கிடைப்பதற்காக வேறொரு வியாபாரிக்கு வெல்லத்தை விற்று திரும்பி வந்து கொண்டிருந்தான்.

என் மனதில் கவுன்டரின் வலைக்கப்பால் தென்பட்ட முகத்தில் குங்குமம் முற்றிலும் அழிந்து போயிருந்தது. அதற்குப் பின்னர் கட்டாந்தரை வழியாக ஒரு மாட்டு வண்டி மெதுவாக அசைந்து செல்வதைப் பார்க்கும் போதெல்லாம் என் மனத்தில் பிள்ளைகள் கரும்பு தின்றுக் கூக்குரல் எழுப்பினர். நான் தகவல் கேட்கும் போதெல்லாம் காசி சொல்வான்:

'கேஸு பிரமாதமா நடக்கும். பெரிய வக்கீல் தான்.'

வாரங்கள் போகப் போக நான் கேஸைப் பற்றி விசாரிப்பதும் நின்று விட்டது. ஒரு விடியற்காலையில் எதிர்பாராமல் மாணிக்கம் ஸ்டேஷனுக்கு வந்தார். நான் எதிர்பார்த்ததற்கு நேர்மறையாக அவர் முகத்தில் ஒரு சிரிப்பின் பிரகாசம் தெரிந்தது. நான் ஏதாவது கேட்பதற்கு முன் மாணிக்கமே பேசலானார்:

'சார், எனக்கு அறிவில்லெ, படிப்பில்லெ, முதலாளியும் வக்கீலும் சேர்ந்து சொன்னப்பத்தான் தெளிவா தெரிஞ்சுது. செத்ததோ சொன்னதோ, போனவர் போயிட்டார். கேஸ் ஜெயிச்சாகூட ஆளெ திருப்பி கெடைக்குமா? நாப்பதாயிரம் ரூபா ரொக்கமா தர்றதா சொன்னாங்க.'

இவ்வளவும் சொல்லிமுடித்ததும் மாணிக்கத்தின் முகத்திலிருந்த சிரிப்பு மறைந்தது. கடுமையான ரோஷத்தாலும் வன்மத்தாலும் கண்களில் தீ பறந்தது.

'என் அக்கா நெத்தியிலேயிருந்த குங்குமத்தெ அழிச்சதுக்கு இதுதானா பரிகாரம்னு கேட்டேன். பட்டிக்காட்டானா இருந்தாலும் எனக்கும் இல்லையா சுயமரியாத. அவங்க சொன்னாங்க ரெண்டு ரூபாய்க்கு வேலூர் மார்க்கெட்டுல முதல் தரமான குங்குமம் கெடைக்கும்னு. நான் விட்டுக் கொடுக்கலெ. அறுபதாயிரத்திலெ ஒரு பைசா கொறைஞ்சா நான் ஒத்துக்க மாட்டேன்னு முடிவாச் சொல்லிட்டேன். முடிவெ நாளைக்குத் தெரிவிக்கிறோம்னு அவங்க சொன்னாங்க, வந்துருவாங்க வழிக்கு. பட்டிக்காட்டானா இருந்தாலும் இந்த மாணிக்கத்துக்கும் மானம் உண்டு.'

மாணிக்கம் நெஞ்சை அகலவிரித்து டர்க்கி டவலை தோளில் போட்டு நடந்து வெளியேறினான்.

நான் அன்றைக்கு விற்ற டிக்கெட்டுகளின் கணக்கைப் போட ஆரம்பித்தேன். எவ்வளவு முயன்றும் கணக்கு சரியாகவில்லை. கேஷ் புக்கை மூடிவைத்து மனதில் கணக்குப் போடத் தொடங்கினேன். என் சம்பளத்தைப் பன்னிரண்டால் பெருக்கினேன். வேலையில் தொடர இனியுள்ள வருடங்களின் எண்ணை வைத்து அந்தத் தொகையைப் பெருக்க முயன்றேன். எண்கள் ஒன்றோடொன்று சேர்ந்து குழப்புகிறது. நான் என்ற எண் எவ்வளவாக இருக்கும்?

ஞானவடிவேலு

ஞானவடிவேலு, கேட்கீப்பர், சதர்ன் ரயில்வே, தேவர்ஷிக்குப்பம் லெவல் க்ராஸுக்கு என்றும் போல் வந்துசேர்ந்தான். அப்போது காளயுக்தி வருஷம் ஆவணிமாதம் இருபத்திரண்டாம் தேதி வியாழக் கிழமை வளர்பிறை பஞ்சமி ஸ்வாதி நட்சத்திரம் அமிர்தயோகம் கூடிய அந்த சுபதினத்தில் தேவர்ஷிக்குப்பம் லெவல் க்ராஸுக்கு மேலே சூரியன் ஆயிரம் கதிர்களால் பிரகாசம் பொழிந்து கொண்டிருந்தது.

லேசாக நரைவிழுந்த கொம்புமீசையை வலதுகை சுண்டு விரலால் இருபக்கத்துக்கும் தடவி ஒதுக்கிவிட்டு ஞானவடிவேலு தன் கம்பீர மான முகத்தில் ஒரு சிறு புன்னகையுடன் கேட் ஷெல்டரின் வாசலில் நின்றான். தேவர்ஷிக்குப்பத்தில் மட்டுமல்ல, வடஆற்காடு மாவட்ட மெங்கும் இரவு நேரங்களில் நிம்மதியாக வாழ்ந்திருந்த முனீஸ்வரர்கள், கன்னிப்பிசாசுகள் போன்றவர்களெல்லாம் ஞானவடிவேலுவின் வருகையை முன்னதாகவே தெரிந்துகொண்டு தங்களது பனைமரங் களிலும் வேப்பமரங்களிலும் அபயம் தேடிக்கொண்டனர். பயம் ஆட்கொண்ட அவர்களின் குசுகுசுவென்ற பேச்சுகள் ஆவணிமாதக் காலைநேரத் தென்றலில் கேட்க முடிந்தது.

மகாதேவமலை, வைரமலை, பொன்வேல்மலை போன்ற மலைகளின் முகட்டிலும் மற்ற சிறு குன்றுகளிலும் எல்லாம் வேல் பிடித்துப் புன்னகைத்து நிற்கும் முருகனும் ஏனைய தேவர்களும் இருந்தபோதும் பேய் பாதிப்புகளிலிருந்து பாமரமக்களைக் காப்பாற்ற ஞான வடிவேலுவின் உதவி தேவையாக இருந்தது. ஆனால் ஞானவடிவேலு இதை நினைத்து ஒருபோதும் அகம்பாவம் கொண்டதில்லை. கேட் கீப்பர்களுக்காக ரெயில்வே கொடுத்திருந்த நீல கோணிப்பைச் சட்டையைத்தான் அணிந்திருந்தான். இன்னொரு சட்டையை வைத்து

ஒரு நீலப்பையை தைத்தான். கையில் சிவப்பும் பச்சையுமான கொடிகளைச் சுருட்டி வைத்தபடி இருந்தான். மீசையும் கிருதாவும் சற்று நரைவிழுந்திருந்தும் இளமை குடியிருக்கும் ஆரோக்கியமான திடமான உடம்பு. நெற்றியில் நாமம். முகத்திலோ எல்லாம் அறிந்தவனின் புன்னகை. பலவிதப்பட்ட உபாதைகளால் பாதிக்கப்பட்டு தேடிவரும் கிராமத்துக்காரர்களுக்கு ஞானவடிவேலுவின் சிங்கநாதம் சங்கீதம் போல இனித்தது.

அரிசி மாவால் பிரணவமந்திரம் வரையப்பட்ட ஷெல்டரின் கதவுக்கு முன்னால் நின்று நான்கு பக்கமும் ஒருமுறை நன்றாகப் பார்வையிட்ட பின் பையிலிருந்து சாவியை வெளியே எடுத்தான். கர்ப்பக் கிரகத்தைத் திறக்கும் பூசாரியின் தோரணையில் பூட்டைத் திறந்து கொண்டிருக் கையில் தன்னையறியாமல் பாடினான்: 'மாயி மகமாயி மணிமந்திர சேகரியே'

ஆயி உமையவளே ஆதிசிவன் தேவியரே...

பாடிக்கொண்டே கதவைத் திறந்து உள்ளே சென்றான். அங்கே பத்திரமாக வைத்திருந்த பாயில் அமர்ந்து பையிலிருந்து ஒவ்வொரு பொருளாக வெளியே எடுத்து வைத்தான். முதல் ரயில் கடந்து செல்வதற்கு முன் செய்து முடிக்கவேண்டிய காரியங்கள் இவை. ஒரு பாக்கெட் ஊதுவத்தி, ஒரு தேங்காய், இரண்டு மூன்று தகர டப்பாக்கள், கர்ப்பூரம், சில அபூர்வமான மூலிகைகள், ஒரு எழுத்தாணி, சில செம்பு தகடுகள், சில புத்தகங்கள், பிரபஞ்ச - ஆரம்பம்,அகில உலக பக்ஷி சாஸ்த்திரம், விநாயகர் துதி, மாரியம்மன் தாலாட்டு... அவ்வளவுதான். நீல சட்டையின் பெரிய பையிலிருந்து சப்பையான மஞ்சள் நிறத் தகரப்பெட்டி ஒன்றை வெளியே எடுத்து பயபக்தியோடு திறந்தான். ஒரு கஞ்சா பீடியை எடுத்துக் கொளுத்தினான். மீண்டும் மாயி மகமாயி என்று முணு முணுத்துக் கொண்டு இரண்டு முறை புகையை உள்ளே இழுத்தான்.

வெளியேயிருந்து ஆவணித் தென்றலுடன் காட்டு முல்லையின் நறுமணமும் அறைக்குள் வந்தது-ஞானவடிவேலுவைத் தழுவியது. காற்றில் வந்த நறுமணத் தகவலின் பொருளறிந்த ஞானி சிரித்தான். 'மல்லிகா, உள்ளே வாம்மா' குரலை முடிந்தளவு லேசாக்கி அழைத்தான் ஞானவடிவேலு. அவள் உள்ளே நடந்து வருவதைக் காண, இமை மூடாமல் பார்த்துக் கொண்டிருந்தான்.

பார்த்தது தான் மிச்சம், மல்லிகா வரவில்லை. ஞானவடிவேலு, முருகா என்று பெருமூச்சுவிட்டு எழுந்து வாசல் வரைவந்து பார்த்தான். என்ன மாயம், மல்லிகா வந்து சேரவில்லை.

பொறுமையின்றி சிறிது நேரம் பார்த்துக்கொண்டு நின்று, பிறகு திரும்பிவந்து அன்றைய கடமைகளைச் செய்ய ஆரம்பித்தான். ஊதுவத்திகளை கொளுத்தி சுவரோரம் வரிசையாக வைக்கப்பட்டிருந்த கடவுளர் படங்களின் ப்ரேம்களில் குத்தி நிற்க வைத்தான். உடனடியாகத் தயார் செய்து கொடுக்க வேண்டிய இயந்திரங்களின் தகடுகளைத் தரம் பிரித்து வைத்தான். பல செப்புத் தகடுகளுக்கிடை யிலிருந்து ஒரு ஈயத் தகடை எடுத்து பத்திரமாகத் தனியே வைத்தான். அதில் ஒரு திரிகோணமும் ஒரு பிறை சந்திரனும் வரைந்து உலகநம்பி, மல்லிகா என்றும் எழுதப்பட்டிருந்தது. செய்ய வேண்டிய சடங்கு களைச் செய்து ஒரு லட்சம் முறை மந்திரம் ஓதி முடிந்தாகிவிட்டது. இனி ஒருசில கிரியைகளே பாக்கியிருந்தன. அதையும் செய்துமுடித்து இயந்திரத்தைக் கொடுத்துவிட்டால் உலக நம்பி என்ற வாலிபனால் ஏற்பட்ட உபாதை ஒழிந்துவிடும். இதற்கிடையில் தான் இந்த மல்லிகைப்பூவின் மணம் வேறு மனதை அலட்டிக் கொண்டிருக்கிறது. எத்தனை முறை சொன்னாலும் இந்தப் பெண் இனத்துக்கே இது தலையில் ஏறாதா?

இனங்களிலே என்ன இனம் பெண்ணினம்?

மல்லிகாவுக்கு என்ன ஒரு குறை? கடைந்தெடுத்த கட்டழகி, மீன் விழிகளுள்ள கண்ணழகி, மானைப் போலத் துள்ளும் நடையழகி, ஒரு கையால் சேர்த்துப் பிடித்தால் கையிலொதுங்கும் இடையழகி. தகப்பனாருக்குப் பம்ப் செட் ரெண்டு, பொன் விளையும் கழனி. தென்னந்தோப்பு. தாலி கட்டியது மட்டும் ஒரு அப்பாவி. அவளைக் கட்டினவன் யாராக இருந்தாலும் இரவெல்லாம் உறங்காமல் ஆனந்த அருவியில் நீராடி, பகலெல்லாம் மனம்விட்டு உறங்கிச் சுகம் அனுப விக்கும் மகா பாக்கியசாலியாக வேண்டியவன். ஆனால் நடந்த தென்னவோ அதுவல்ல, ஏமாற்றப்பட்டதாகலாம். திருமணமும் சாந்தி முகூர்த்தமும் முடிந்த பிறகுதானே பெண்ணும் பெண் வீட்டாரும் விஷயத்தைப் புரிந்து கொண்டார்கள். அவன் ஒரு பொம்மை மாப்பிள்ளை. நன்றாகச் சாப்பிடுவான், பிறகு எங்கேயாவது சென்று உட்கார்ந்து தொலைவில் வானத்தைப் பார்த்துக் கொண்டே தாடையில் இல்லாத ரோமங்களைப் பிடுங்குவான், அவ்வளவுதான். அவனைச் சரி பண்ணுவதற்கு உதவி நாடித்தான் மல்லிகா முதன்முதலில் ஞான வடிவேலுவின் கேட் ஷெல்டருக்கு வந்து சேர்ந்தாள். பக்தியோடும் மரியாதையோடும் கதையெல்லாம் மல்லிகாவின் மலர் மொழியி லேயே ஞானவடிவேலு கேட்டான். தெளிவாகப் புரிந்தது.

புதிய கேட்டுக்கு இடம் மாற்றலாகி வந்த பிறகு கிடைத்த முதல் கேஸ் இது. எல்லா திறமையும் பயன்படுத்தி வடிவேலு, மல்லிகாவின்

மாப்பிள்ளையில் குடிபுகுந்திருந்த இரண்டு சக்திவாய்ந்த முனீஸ் வரர்களையும் ஒரு மோகினியையும் விரட்டியடித்தான். அவனின் எதிரிகளின் நாசத்துக்காக மந்திரவாத இயந்திரம் தயாரித்தான். கோழிக் குஞ்சை வலதுகையில் பிடித்து இடதுகைப் பக்கம் அடித்து தலையை வெட்டினான். குருதிச் சாதம் செய்தான். எல்லாம் செய்த பின்பும் மாப்பிள்ளை வானத்தைப் பார்த்தபடி இல்லாத தாடை மயிரைப் பிய்த்துக் கொண்டிருந்தான். என்ன செய்வது முன் ஜென்மங்களின் பலனை துடைத்து அகற்றிவிட எந்த மந்திரத்தாலும் முடியாது. இந்த விஷயத்தை விபரமாக மல்லிகாவின் தகப்பனாருக்கு சொல்லிப் புரிய வைக்கத்தான் ஞானவடிவேலு பிறகு முயற்சித்தான். அதுவும் பலன் கண்டது என்று சொல்வதற்கில்லை. சில மனிதர்களுக்கு எவ்வளவு சொன்னாலும் புரியாதல்லவா? அப்படிப் புரிந்து கொள்ளும் திறமையில்லாத சிலரின் முயற்சியால்தான் கண்டபடி ட்ராஃபிக்கும் வருமானமுமுள்ள ஒரு கேட்டிலிருந்து தேவர்ஷிக்குப்பம் கேட்டுக்கு மாற்றல் உண்டானதே.

நல்ல தரமான கேட் அது. டிரங்க் ரோட்டிலிருந்து ஒரு குறுக்குச் சாலையிலுள்ள கேட். தினந்தோறும் கரும்பு சுமந்த பத்தோ இருபதோ லாரிகளும் அதைவிட அதிகமான மாட்டுவண்டிகளும் எட்டு லைன் பஸ்களும் தவறாமல் வரும். லைன் பஸ்களுக்கு வடிவேலுவின் கருணை தேவையாக இருந்தது. பயலுகள் போட்டி போட்டுப் பறப்பவர்கள். நேரத்தின் கேட்டும் கதவும் சாவியும் எல்லாம் வடிவேலுவின் கையில் ஒப்படைத்திருக்கிறாள் அந்த மகமாயி. பஸ்வழி வரவு தினம் ஒன்றுக்கு நான்கு ரூபாய். பிறகு மாட்டுவண்டி வழி வெல்ல உருண்டைகள். லாரிகள் வழியாகக் கரும்பு. மாலையில் கரும்பும் வெல்ல உருண்டையும் விற்றது வழி ரூபாய் ஐந்து. இதற்கும் மேலே ஓசியில் கரும்பு தின்னும் கிராமத்து அழகிகளின் பளிச் சென்ற சிரிப்பும். பாவிப்பயல்கள் எல்லாவற்றையும் ஒரேயடியாக முடித்து விட்டார்கள்.

கிரான்ட் ட்ரங்க் எக்ஸ்பிரஸ் சில நிமிடங்கள் நின்று விட்டது என்பது தான் காரணம். பகல் கொஞ்சம் கூட ஓய்வு கிடைக்காத ஒரு நாள். மிகப் பிரயாசையுள்ள ஒரு கேஸுக்குப் போயி எல்லா தந்திரச் செயல் களையும் செய்து முடித்தான். அந்த வீட்டாரின் விருந்தை அமோகமாக ரசித்து முடித்துத் திரும்பி வந்த போது இரவு ட்யூட்டி. ட்யூட்டி எடுத்து ஒரு மணி நேரம் ஆவதற்குள் வயிற்றில் ஏதோ கோளாறு தொடங்கியது. எவ்வளவு கட்டுப்படுத்தியும் பயனில்லை. இன்னொரு வண்டிக்கு ஸ்டேஷன் மாஸ்டர் போனில் கூப்பிட்டபோது போனை எடுக்கக் கொஞ்சம் தாமதமாகி விட்டது. கோபமாக மாஸ்டர் காரணம் கேட்ட போது கொஞ்ச நாள் மிலிட்டரியிலிருந்த பரிச்சயத்தால் சுருக்கமாக

ஆங்கிலத்தில் பதில் சொன்னான்: 'சார், ஐ ஆம் லிட்டில் ஸ்டொமக் ட்ரபிள்.'

ஸ்டேஷன் மாஸ்டர் ஒன்றும் சொல்லாமல் போனை வைத்துவிட்டார். அதற்குப் பிறகு எத்தனை முறை நீல நிக்கரைக் கழற்றி வெளியே ஓடினான்! இதற்கிடையில் தான் ஜி.டி. வந்து நின்றது.

ரிப்போர்ட்டாச்சு, சார்ஜ் ஷீட்டாச்சு. ஞானவடிவேலு திருப்பதி மலை வாழும் வெங்கடேசா' என்று மனதில் உருக்கமாகப் பாடிக்கொண்டு ஏழுமாடிக்கட்டிடங்களில் வாழும் கடவுள்களைப் பார்த்து வணங்கினான். மாளிகைக்குப் போகும் முன்னரே ஒரு துர்க்கிக் கோழியை பெங்களூர் மாநகரிலிருந்து கொண்டு வருவதற்கான பணத்தையும் எடுத்துக் கொண்டான். ஒரே ஒரு துர்க்கிக் கோழியை வைத்து காரியத்தை முடிக்கும் விதம் கருணைமிக்க துரை ஒருவர் இருந்தார், மாளிகையின் மேலே. முன்னால் ஓர் அனுபவம் இருந்தது. கொஞ்சம் ஆங்கிலமும் ஒரு துர்க்கிக் கோழியும் சேர்ந்து சாதித்த அற்புதங்கள். அழகாக ஒரு சல்யூட் அடித்து விரைப்பாக நின்றபடி சொல்லவேண்டும்.

'ஐ ஆம் யுவர் சர்வன்ட் - கைன்ட்லிவர்க் அன்டர் யு. டோன்ட் பீட் மை ஸ்டமக். புவர் மேன் ஹேவிங் லார்ஜ் பேமிலி சார்!'

அவ்வளவுதான், மீதியை பியூன் வழியாக துர்க்கிக் கோழி பேசிக் கொள்ளும்.

ஆனால் இந்த முறை மாளிகைக்கு ஏறிச் சென்றதுதான் மிச்சம். துரை அங்கே இல்லை. அங்கே இருந்த இந்தியன் துரைக்கு ஆங்கிலத்திலும் செந்தமிழிலும் சொன்னது கொஞ்சம் கூட விளங்கவில்லை. அவருக்குத் துர்க்கிக் கோழியென்ன, சாதாரணக் கோழி விஷயம் கேட்டாலே போதும், கோபம் பொத்துக்கொண்டு வருமாம். சென்னையிலிருந்து டில்லி போகும் க்ரான்ட் ட்ரங்க் வண்டி வந்த போது தான் ஏதோ மந்திரவேலையில் முழுகியிருந்ததாக ஸ்டேஷன் மாஸ்டரின் அனுமானம் இந்தியன் துரைக்குச் சரியெனத் தோன்றிய தாகத்தான் பியூன் சொன்னான். அதன் பலன்? எப்போதாவது இரண்டு மாட்டுவண்டி மட்டும் செல்லும் கேட்டுக்கு வேலை மாற்றல்!

சில நேரம் தீயவர்கள் செய்வதும் நன்மை பயக்கும். தேவர்ஷிக்குப்பம் ஒரு விஷயத்திலும் குறைந்து விடவில்லை. ஞானவடிவேலுவின் வருகைக்காகக் காத்துக்கொண்டிருந்தனர். அந்த கிராமத்தவர்கள். வடஆற்காட்டின் எல்லாவிதமான பேய்களும் பிசாசுகளும் தேவர்ஷிக்

குப்பத்தில் தங்கியிருந்தனர். இருட்டானால் போதும் ரெயில்வே லைன்களின் பக்கம் யாரும் திரும்பிக் கூடப் பார்ப்பதில்லை. சித்திரைமாத நிலவொளியில் தண்டவாளங்களின் வழியாக மோகினிப் பிசாசுகள் வெள்ளைப்புடைவை கட்டி தாழம்பூ மணம் பரப்பி பாட்டுப்பாடி நடந்தனர். நைட் பட்ரோல் நடத்தும் கேங்மேன் பார்த்துக் கொண்டிருக்கையில் தண்டவாளத்தின் அடியிலிருந்து கல் துண்டு களைப் பொறுக்கி வாயில் போட்டு மென்று தண்ணீராக்கித் துப்பி உரக்கச் சிரித்தனர். இன்னொரு பக்கம் கரும்புவயல் வழியாகத் தனியாகப் போன பெண்களைக் காட்டேரி பிடித்து அமுக்கிவிட்டது. அவர்கள் பிறகு ரத்தச்சோகை பாதித்து தூக்கமில்லாமல் இரவுகளைக் கழித்தனர். கடைசியில் வெகுதூரம் நடந்துவந்து தண்டவாளத்தில் தலை வைத்தனர். வானம் முட்ட உயர்ந்து நிற்கும் வெளிச்சத்தின் தூண்களைப் போல முனீஸ்வரர்கள் ராத்திரி நேரத்தில் நடமாடத் தொடங்கினர். ஞானவடிவேலு வந்து சேர்ந்ததும் எல்லாம் அடங்கி விட்டது. கிராமத்துக்காரர்கள் மன நிம்மதியுடன் படுத்துத் தூங்கினார்கள். ஆனால் ஒருத்தி மட்டும் தூங்கவில்லை.

ஒரு சுபதினத்தில் கண்ணகியைப் போல முடியவிழ்த்துவிட்டு சிவந்து கலங்கிய கண்களுடன் ஆடிமாத மழை மேகங்களுக்கிடையில் நிலவு உதித்ததுபோல வந்து நிற்கிறாள் மல்லிகா. ஞானவடிவேலு என்றும் மனதில் அழைக்கும் மகமாயியை எதிர்பாராது நேரில் பார்த்ததுபோல அதிர்ச்சியுற்று எழுந்தான். திடமான முடிவெடுத்த தோரணையில் மல்லிகா சொன்னாள்: ‘இன்னைக்கு மதராஸ் பெங்களூர் பிருந்தாவன் எக்ஸ்ப்ரஸ் இந்த தண்டவாளத்தில் ஓடினால் இந்த மல்லிகாவின் கழுத்திலிருந்து தலை தனியாகப் பிரிந்து உருளும். இது கட்டாயம். தாய் மேலாணை.’

ஞானி ஒரு நொடி மூச்சு பேச்சில்லாமல் ஆகிவிட்டான். மாயி, மகமாயி!

‘ஆமா! மல்லிகாவின் தலை உருள்றதை நீங்க பாக்கலாம்.’

அவிழ்ந்த கூந்தலுக்கிடையில் ஜொலிக்கும் முகமும் அதில் மின்னும் மூக்குத்தியையும் ஞானி பார்த்தான். இவள்தான் அழகி. சிவபெரு மானிடம் கோபம் கொண்டு பிரிந்து நிற்கும் உமையாளின் முகம். ஞானவடிவேலுவின் மனப்படபடப்பு அடங்க மிகவும் பாடுபட்டான். மீசையை இரண்டு பக்கமும் நீவி விட்டான். பிறகு எல்லாம் தெரிந்தவனின் புன்னகையை முகத்தில் அணிந்து கொண்டான்.

‘பெண்ணே, அமைதி, அமைதி. நீ உலகம் தெரியாத குழந்தை. வா, கிட்டெவா...’

சுற்றுமுற்றும் பார்த்தான். சோளப்பூங்கொத்துகள் ஆவணிக்காற்றில் மயங்கியாடுகின்றன. சுற்றிலும் எவருமில்லை. ஒரு மாட்டு வண்டிச் சத்தம் கூடக்கேட்கவில்லை.

அசையாமல் பார்த்து நின்ற மல்லிகாவின் வலதுகையை ஞானி சட்டென்று எட்டிப் பிடித்தான். மல்லிகாவின் உஷ்ணம் ஞானி தனக்குள் இழுத்துக் கொண்டான். அவள் குளிர்ந்துபோனாள். அனுசரணையுடன் ஞானியின் கேட் லாட்ஜுக்குள் அவள் நடந்து சென்றாள்.

அன்று உலகம் என்னவென்று சாவகாசமாக வடிவேலு அவளுக்கு ஞானோபதேசம் செய்தான்.

சிவனிலிருந்து ஆகாயமும் அதிலிருந்து வாயுவும் வாயுவிலிருந்து அக்கினியும் அக்கினியிலிருந்து ஜலமும் ஜலத்திலிருந்து பூமியும் உருவான விபரங்கள் முதலில் சொன்னான். பிறகு இந்த பஞ்ச பூதங்களி லிருந்து பிரும்மா உண்டானதும் அவர் ஆயிரத்தெட்டு அண்டங்கள் உருவாக்கியதில் ஒன்றுதான் இந்த பிரும்மாண்டம் என்று புரிய வைத்தான்.

மல்லிகா அவிழ்ந்து கிடந்த அழகான கூந்தலை அள்ளி முடித்தாள். அவள் புத்துயிர் பெற்றாள். ரொம்ப நாளைக்குப் பிறகு உடலில் நாணம் மலர்ந்தது.

திருக்கையிலையில் நந்தி தேவர், வியாக்கிரபாதர், பிருங்கி, யக்ஷகின்னரர், கிம்புருஷ கந்தர்வர்கள் முதல் முப்பத்து முக்கோடி தேவர்கள், நாற்பத்தெட்டாயிரம் ரிஷிகள், பூத கணங்கள் போன்றவர் களால் துதிக்கப்பட்டு அமர்ந்திருக்கும் சிவபெருமானிடம் மின்னலை வெல்லும் பொன்னொளியுடன் விளங்கும் பார்வதி தேவி கேட்ட கேள்விகளின் முறையில்தான் ஞானப்பிரவாகம் நடந்தது.

ஞான ஜோதியில் மல்லிகாவின் கண்கள் மலர்ந்து பிரகாசித்தன. அவள் பல நாள்கள் ஞானம் பெறுவதற்காக மீண்டும் மீண்டும் வந்தாள். தேவர்களின் தொடக்கம் மானிடகுல ஆரம்பம் போன்றவையும் எடுத்துச் சொல்லி மல்லிகாவை ஞான மல்லிகாவாக்கினான். அப்படியாக பரமானந்தத்தைப் பற்றியும் ஓரளவு ஞானம் பெற்றிருந்தும் அவள் இன்னும் முழு உணர்வுடன் ஞானியின் பாதைக்கு வந்து சேரவில்லை. அதற்குள் நாலைந்து நாளாக ஒரு அகற்ற முடியாத உபாதையும் வந்து மாட்டியிருக்கிறது. உலகநம்பி என்று ஒரு வாலிபன். வேறொரு மல்லிகாவின் காதலன்.

உலகநம்பி, மேஸ்திரியின் மகன் - படித்த பையன் செழிப்பான தலைமுடியை முன் பக்கமாகச் சீவி ஒரு உருண்டை உருவத்தில்

நெற்றியின் மத்தியில் வைத்தான். அதற்கு இடையிலாகக் கஷ்டப்பட்டு பார்வை செலுத்தித்தான் அவன் எப்படியோ பத்தாங்கிளாசு வரை படித்தான். பரீட்சையில் ஜெயித்தான் என்றாலும் எல்லா பாடத்திலும் பதினைந்துக்கு மேலாக மார்க் வாங்கியதனால் அவனுக்கும் மேஸ்திரிக்கும் பெருமையாக இருந்தது. இதற்கிடையில் ஏரிக்கரை வீட்டில் ஒரு மல்லிகா பூத்துக்குலுங்கி நிற்பது வாலிபனான உலகநம்பி கண்டறிந்தான். அந்த மல்லிகாவைத் தன் மனதில் மட்டுமல்ல உடம்பிலும் படரவிடவேண்டும் என்ற மோகத்தால் அவன் புகைந்தான். உடல் சுட்டது. நிம்மதி அவனைவிட்டு எங்கோ போய் மறைந்தது. எங்கே நிம்மதி, எங்கே நிம்மதி என்று பாடித்திரிந்த அவன் ஞானவடிவேலுவின் சந்நிதியில் வந்து சரணமானான். அவனுக்காகத்தான் ஈயத் தகடில் வசிய இயந்திரத்தைத் தயார் செய்து வைத்திருந்தான். அவனை அனுப்பினால் தான் ஞானிக்கு சொந்தமான மல்லிகாவின் ஞானோபதேசத்தைப் பூர்த்தி செய்ய சந்தர்ப்பம் கிடைக்கும்.

கேட் லாட்ஜுக்குள் சாம்பிராணிப்புகை நிறைந்தது. உலகநம்பி ஆள் சூரன்தான். சொன்ன பொருள்களையெல்லாம் உயர்ந்த ரகமாகவே கொண்டு வந்து கொடுத்திருந்தான். இனி ஒரே ஒரு விஷயத்தைக் கொண்டு வந்தால் காரியத்தை முடித்துவிடலாம். ஒரு தலைமுடியிழை. ஏரிக்கரை மல்லிகாவின் கூந்தலிலிருந்து ஒரே ஒரு முடி. பாவம், பையன். அதை எப்படி சம்பாதிக்கப் போகிறான்! அதையும் சேர்த்து வைத்து சுருட்டிய இயந்திரத்தை கையில் கட்டிவிட்டு பௌர்ணமி இரவில் அவனும் ஏரிக்கரை மல்லிகாவும் சேர்ந்து ஆடிப்பாடிக் கொண்டாடுகையில் ஞானமல்லிகையின் மடியில் தலைவைத்துப் படுத்து கஞ்சா பீடி புகைக்கும் காட்சி மனதில் கண்டபடி ஞானி வெளியே வந்தான். மகமாயி!

அதோ வருகிறார்கள் இருவரும் ஒன்றாக, ஒரு பக்கத்திலிருந்து மல்லிகா, மறுபக்கத்திலிருந்து சைக்கிளில் உலகநம்பி.

ஞானவடிவேலு மல்லிகாவின் பக்கத்தில் வந்து ரகசியமாகச் சொன்னான்:

‘இந்தப்பயலெ அனுப்புற வரைக்கும் பொறு. சீக்கிரம் முடிச்சிடுவேன்.’

இவ்வளவும் சொல்வதற்குள்ளேயே மல்லிகாவின் கூந்தலிலிருந்த மனோரஞ்சிதப்பூவின் நறுமணம் ஏற்று ஞானிமனம் குளிர்ந்தது. உலகநம்பி சைக்கிளிலிருந்து இறங்கி வணங்கினான். சைக்கிளை ஸ்டேன்டில் போட்டு அருகில் வந்தான். ஒரு கைக்குட்டையில்

பொதித்துவைத்திருந்த முடியிழையை பவ்யமாக அவனிடம் ஒப்படைந்தான். எதையோ ஜெயித்துவிட்டவனின் தோரணையில் தோளில் தொங்கவிட்டிருந்த ட்ரான்ஸிஸ்டரைப் பாடவைத்தான்.

ஞானவடிவேலு புன்னகைத்தபடி உள்ளே செல்கையில் சொன்னான்: ‘கெட்டிக்காரன். இனி அந்தப் பொண்ணு உன் காலடியில்.’ ஞானி உள்ளே சென்று கதவடைத்தான். முடியிழையை பத்திரமாக ஒரு பக்கத்தில் வைத்து இயந்திரத்தின் தகடைச் சுருட்டினான். தயாராக வைத்திருந்த சில மூலிகைகளை அதன் உள்ளே வைத்தான். பிறகு முடியையும் உள்ளே வைத்துவிட்டுத் தகடின் பக்கங்களை மடக்கி ஒரு மஞ்சள் நூலில் கட்டினான்.

இனி மந்திரத்தை எட்டு முறை ஓதினால் போதும். மனதை ஒருமுகப் படுத்தினான். தொலைவிலிருந்து கேட்கும் காட்டு மிருகத்தின் உறுமல் ஓசை போல ஞானியின் மந்திரஜெபம் வெளியே கேட்டது.

‘ஓம் ஸ்ரீயும் ஐயும் கிளியும் ஸவ்வும் ரியும்

ஓம் யாம் யா நமச்சிவ சர்வலோக வசிவசி

நான் நினைத்தவளை வசிய வசிய

யா நமச்சிவ.’

வெளியே பூத்து தளிர்விட்ட மல்லிகா பார்த்துக் கொண்டு நின்றாள். முருகனைப் போல அழகனான இவன் ஒரு சூரன் தான். மஞ்சள் நிறக் கால்சட்டையும் நடிகர் மன்னனின் படம் பதித்த பச்சை பனியனும்!

உலகநம்பி மல்லிகாவை ஒரு முறைதான் பார்த்தான். அவன் நெஞ்சில் தீ மூண்டது. அதை அணைக்க பலமுறை எச்சிலை விழுங்கி கஷ்டப் பட்டான். தீ அணையாததால் ட்ரான்ஸிஸ்டரில் அபயம் தேடினான். ஒரு வழியாக சென்னை வானொலி நிலையத்துக்கு வந்தான். பாடல் மிதந்தது.

‘நீயில்லாத உலகத்திலே நிம்மதியில்லை.’

மல்லிகா தன் பூப்பாதங்களை மெல்ல வைத்து உலகநம்பியின் அருகில் வந்து ரேடியோ பெட்டியை ஆசையாகப் பார்த்தாள். நறுமணம் கமழும் அவளின் மூச்சு நெஞ்சை வந்தடைந்த போது உலகநம்பியின் தீ கொஞ்சம் தணிந்தது. ரேடியோவுடன் சேர்ந்து அவன் பாடினான்.

‘நீயில்லாத உலகத்திலே...’

மல்லிகா முந்தானையால் நெஞ்சை ஒரு முறை போர்த்திச் சிரித்தாள். உலகநம்பியின் ட்ரான்ஸிஸ்டர் அடுத்த நிமிடம் மல்லிகாவின் தோளில் தொங்கிக் கொண்டு பாட்டைத் தொடர்ந்தது.

இரண்டு பேரும் சுயநினைவற்றவர்களைப் போல கண்ணும் கண்ணும் நோக்கியபடி சிரித்தனர். பிறகு உலகநம்பி சைக்கிளை ஸ்டேன்டிலிருந்து கீழே இறக்கினான். விரைவாகச் சென்று கொண்டிருந்த சைக்கிளை மிதித்தவன் உலகநம்பி, பின்னால் உட்கார்ந்து அவன் இடுப்பை கெட்டியாகப் பிடித்திருந்தவள் மல்லிகா! அவளது தோளில் தொங்கிய ரேடியோ பாடியது - 'நீயில்லாத உலகத்திலே...'

கொஞ்சநேரத்துக்குப் பிறகு வசிய இயந்திரத்தை எடுத்துக்கொண்டு கதவைத் திறந்த ஞானி திகைத்துச் சுற்று முற்றும் பார்த்தான். கண்ணை மூடி ஞானதிருஷ்டியால் மீண்டும் பார்த்தான். ஒன்றும் புரியவில்லை. சுற்றிலுமிருந்த பனைமரங்களிலும் வேப்பமரங்களிலும் ஒளிந்து இருந்தபடி முனீஸ்வரர்களும் மோகினிகளும் சத்தமின்றி அவனைப் பழித்துக்காட்டினர்.

தொடர்ந்து போன் மணியடிப்பதைக் கேட்டு ஞானி கண் திறந்தான். பலகை மீது வைத்திருந்த ஏரிக்கரை மல்லிகாவின் தலைமுடியிழை அங்கேயே இருந்தது. முந்தையநாள் வந்தபோது ஞானமல்லிகா புன்னகைத்தபடி கூந்தலை விரித்திருந்த காட்சியை ஞானவடிவேலு வருத்தத்துடன் மீண்டும் மீண்டும் நினைத்துப் பார்த்தான்.

---

www.ingramcontent.com/pod-product-compliance
Lightning Source LLC
LaVergne TN
LVHW100400181026
850499LV00037B/542
* 9 7 8 8 1 8 3 6 8 6 3 9 6 *